I0223531

LUÂN HOÁN

NGAO DU CÙNG VŨ KHÍ

Nhân Ảnh

2016

NGAO DU
CÙNG VŨ KHÍ

Thơ: **Luân Hoán**
Bìa: **Khánh Trường**
Trình Bày: **Luân Hoán**
Copyright @ by **Luân Hoán**
ISBN: **978-1-927781-25-8**
Nhân Ảnh
Xuất Bản
2016

*tặng tất cả những người từng cầm súng
trong chiến tranh Việt Nam*

Ngao du cùng vũ khí

cuộc đời
được gọi cuộc chơi
cuộc chiến một đoạn cuộc đời phù du

cầm súng ta đi ngao du
tử sinh như gió bay vù thoáng qua

ba lô thơ đạn tà tà
bốn phương thiên hạ cùng ta sống còn
nếu may Tổ Quốc Ghi Ơn
gắn nhành dương liễu lên lon bất ngờ
sớm được đưa lên Bàn Thờ
coi như cũng toại ước mơ lắm rồi

cuộc đời cuộc chiến cuộc chơi
cái trò bắn giết có hơi bất thường
nguyện giữ lạc quan yêu thương
mang cây súng ngắn kiên cường ngao du

Hụt khóa 21 trừ bị

chẳng thú vị gì khi trốn lính
một ngày trời đẹp đi đầu binh
lần đầu ghé Quân Vụ Thị Trấn
nách kẹp lôi thôi tờ nhật trình

lớ ngớ ghi danh xong tập họp
ngó quanh không thấy tên nào quen
muốn thối trở ra không còn kịp
lên lưng ngựa rồi nhắm mắt thăng

xe đã lọt vào trại nhập ngũ
lòng chưa gỡ được những băn khoăn
xuống xe chạm mặt thượng sĩ Yến (1)
ông bà con, lơ, như không quen
mọi chuyện tiếp theo trôi tuồn tuột
đêm đi ngày đến khá ung dung
đọc báo làm thơ như thường nhật
lâu lâu cũng chợt nhớ mông lung

LUÂN HOÁN

đã đến ngày lên Tổng Y Viện

cân đo nghe ngó trong lặng thinh

vui vui nhìn đám chen chúc khám

thấy thằng bạn học Phan Chánh Dinh

tưởng đã nạp thân khóa 21

thặng dư quân số thật bất ngờ

hoãn dịch một hơi liền ba khóa

nếu không chắc đã khác bây giờ

(1): Thượng sĩ Lê Hữu Yến

Trước giờ trình diện

bài ngũ ngôn khi sáng
còn nằm trong túi quần
"Một Ngày Trước Trình Diện" (1)
viết linh tinh lung tung

viết không chỉ để lấp
hồn dạ đang trống không
viết để giảm suy nghĩ
khi cặp chân đi rông

đã cố tình đứng lại
nhờ chụp tấm ảnh chơi
lưu giữ thời lạng quạng
tập làm gã bụi đời

thân làm trai thời loạn

đi lính chuyện thường tình

thân thể không dấu đạn

nhiều khi thượng đế khinh

nói chơi hay nói hoảng

cũng là rất thật lòng

không thể nào mê sảng

khi đi giữ non sông

yêu nước, không yêu nước

không cần phải luận bàn

hút cho hết điếu thuốc

rồi cho đời sang trang

(1): trong thi tập "Viên Đạn Cho Người Yêu Dấu"

Thời ở KBC 4100

Đêm Xuống Tóc

chẳng phải xuống tóc đi tu

tại sao lòng vẫn hình như buồn buồn

tìm đâu ra được tấm gương

soi lại mái tóc đời thường vài giây

hương gì vuốt rối ngón tay

tình em ủ ấm trong này còn thơm

vài phút đầu trọc trơn trơn

tay sờ gặp nửa linh hồn nhà binh

Sân Bắn Số 6

mang súng đứng ngóng bia lên

rừng cao su nắng nướng mềm thịt da

chờ hoài không thấy bia ra

sương-sâm em hỡi la cà nơi đâu ?

nhiều thằng bợm trợn càu nhàu

rờ cằm, bực, gặp đầu râu càng thèm

LUÂN HOÁN

Đường Dây Tử Thần

cái ròng rọc vù ngang sông

thả tay khi miếng vải hồng phất lên

ùm một tiếng, ướt chèm nhèm

trong ngoài lẫn của quí em nhớ đời

đường tử thần chỉ vậy thôi

hẳn khó sánh được đoạn đời sẽ qua

Đồi Tăng Nhơn Phú

nón treo mũi súng vác vai

tóc phơi nắng cháy chưa phai sắc màu

đồi Tăng Nhơn Phú trọc đầu

còn tên lính sữa lâu lâu nằm dài

nhướng mắt ngóng chẳng thấy ra ai

tằm đeo tóc giắt hoa lài đi ngang

đồi Tăng Nhơn Phú chiều vàng

gió bay mặc gió lòng hoang mặc người

Tụt Giả Sơn

khiếp đảm hơn dây tử thần

nhiều thằng đã khóc dưới chân thang rồi

khổ thân ông tú quá trời

nhìn chi dưới thấp cho đời chênh vênh

mây xanh trời nắng mông mênh

chân đạp tay nới dây mềm lỏng ra

góc ba mươi chín, lấy đà

búng chân ăn nhịp tay, tà tà rơi

gió lồng khô giọt mồ hôi

giả sơn cũng chỉ trò chơi bình thường

Bãi Vườn Thơm

tháo lớp nón sắt ra rồi

sắp hàng ngang xếp bằng ngồi khỏe re

ba lô gác súng cặp kè

nắng chang chang lắng tai nghe truyền nghề

ở sao lạ lùng chưa tề

cái bệnh ngủ gục rủ rê dây chuyền

đầu gục vào lưng, tỉnh liền

để rồi lại gục hồn nhiên nhiều lần

16   LUÂN HOÁN

Bãi Nhà Sập

ngôi nhà ai phá từ lâu

bộ xương vẫn đứng dãi dầu nắng mưa

thành Bãi Nhà Sập, bốn mùa

đón chân lính mới chiều trưa ra vào

ta trèo lên đứng trên cao

ngó quanh bốn hướng, hướng nào có em ?

chợt nghe trong cõi mông mênh

ở đâu đó gọi đúng tên rùng mình

Ngụy Trang

khắp người cài giắt lá xanh

làm cây di động tập hành quân xa

luyện chân từ đồi 33

mai sau núi thẳm rừng già thong dong

giết người, chuyện không trông mong

vái trời lạy Phật sẽ không giết người

Giờ Địa Hình

trước tiên thám thính địa hình

thử chấm tọa độ xem mình đứng đâu

ruộng vườn ao rạch nông sâu

băng ngang lội dọc trước sau tà tà

trong đầu không có quỉ ma

rực rỡ hoa nở chim ca mắt tình

con đường vô tử thập sinh

phần thưởng môn học địa hình dành cho

thỉnh thoảng tinh nghịch giả đò

chĩa súng ngón móc vào cò lăm lăm

thật khó học được hờn căm

ghét người quả thật khó hơn thương người

Đồi 30

30 là tên ngọn đồi

Mai Xuân Châu với "vợ" ngồi lâng lâng

để tăng thêm vẻ phong trần

ngửa nón nhựa đựng nắng nồng trang thư

chẳng thấy đâu khẩu súng tư

đang giấu hay gói trong thư gởi về ?

Ban Báo Chí Bộ Binh

tòa soạn tạp chí Bộ Binh

là nơi tôi vốn làm thinh ghé ngồi

nhìn ông Nguyên Sa một hồi

ngắm Cao Thoại Châu, mỉm cười Lâm Chương

Trần Hoài Thư rất dễ thương

ông Lưu Trung Khảo luôn luôn buồn buồn

tôi xớ rớ xong là chuồn

cuối tuần lãnh phép ra thương Sài Gòn

Thọ Phạt

hít đất là chuyện thường ngày

của giai đoạn một bởi giày, súng, dao,

giường, mền và chuyện tào lao

trên trời rớt xuống cái ào không hay

riêng tôi quả thật rất may

ít khi bị mỏi chân tay nhún mình

chỉ trừ về phép lem nhem

hít lên hít xuống hương em giang hồ

Đồi 25

bạn nằm trong lều *poncho*

còn ta định muốn phơi khô chỗ nào

ngọn đồi lồi lõm thấp cao

lá xôn xao gió thì thào tiếng trưa

đồi 25 tài ghê chưa

hình như hiểu được ta thừa bâng khuâng

"trông mặt mà bắt hình dong"

ta thật có vẻ thong dong quá trời

Nghỉ Trưa

nửa người dưới hố cá nhân

đóng vai du kích cù lần đen thui

bè bạn chĩa súng vô người

ta phơi răng lợi ra cười hồn nhiên

mai này bi kịch hữu duyên

trò chơi xúi quẩy dính liền ta sao ?

không thể có, chẳng thể nào

dễ gì tắt được ngôi sao tượng hình

Trận Giả

đang học bài học xung phong

mục tiêu không địch nên lòng thảnh thơi

cái trò hồi nhỏ từng chơi

giờ thực tập lại tới nơi đàng hoàng

ra trường cứ thế mà làm

xung phong dứt khoát chẳng ràng toi ngay

tôi đâu trong đám lính này ?

đố em chỉ trúng tháo giày theo em

Và Lê Văn Chỉ

với Chỉ trong giờ tùy quyền

mờ mờ nhân ảnh, trông hiền như... tinh

đương nhiên, nhờ vốn giàu tình

yêu em, yêu nước, yêu mình chung chung

Chỉ không có nhiều nhớ nhung

nên trông hắn rất ung dung nhẹ nhàng

còn tôi nếu bỏ lên bàn

cân lui cân tới buồn làm nặng hơn

Tập Vượt Sình Lầy

Trương Hưng Hiểu quả không tồi

vượt sình qua mặt tôi rồi ngon chưa

không cố gắng còn dây dưa

cùng mấy con đỉa khó ưa bám chùm

lún bùn tai mắt lùng bùng

nếu ở mặt trận tiêu tùng như chơi

tay giơ cao súng lên trời

tôi cày bì bõm một hồi cũng xong

Ngồi Quán

vào câu lạc bộ Thanh Hoa

cà phê thuốc lá nhẩn nha hưởng nhàn

mồ hôi bỏ ngoài hành lang

để giữ giây phút mơ màng khỏi trôi

vào đây thiếu nắng mặt trời

hình như cũng thiếu nụ cười hương hoa

ngồi cho oai vậy đó mà

luôn tiện có dịp nhớ nhà cho vui

LUÂN HOÁN

Quân Phục Đi Phép

đã đến thời gắn *Alpha*

mũ áo tề chỉnh hóa ra người hùng

dây biểu chương vàng lùng bùng

cầu vai cà vạt ngượng ngùng lính tân

đánh rơi mất vẻ phong trần

lượm được bản mặt cù lần mới tinh

Đi Phép

chuẩn bị về phép Sài Gòn

anh nào trông cũng bảnh hơn ngày thường

liếc sơ đã thấy dễ thương

nhìn kỹ quả thật đường đường đào hoa

bộ đồ vía đúng thật là

phỉnh em mơ mộng quáng gà như chơi

Cầu Bình Lợi

nòng nọc còn chưa mọc đuôi

đứng bên cầu chụp ảnh, cười không ra

lòng sông đựng bóng mây qua

cây cầu Bình Lợi chưa già bao nhiêu

Nguyễn Văn Pháp đứng phẳng phiu

còn tôi, coi bộ thèm yêu quá rồi

Trực Đại Đội

leo lên vai vế đàn anh

tác phong có vẻ ngon lành hẳn ra

lè phè trong nét hào hoa

biến cửa đại đội thành nhà quen thân

trước thềm thư giãn cặp chân

nghỉ ngơi bò lết dần dần thảnh thơi

niềm vui ấm cả cách ngồi

chung quanh cảnh vật cùng người tươi vui

Bạn Cùng Trung Đội

các bạn cùng trung đội tôi

đa phần ở lứa tuổi đời đã cao

đầu đàn anh Bé cao cao

tiếp theo An, Chỉ, Đường, Lô, Anh và

Châu, Diên, Lộc, Ý, Hồng, Thà,

Hiểu, Cơ, Tín, Được... rề rà Châu tôi

hai phòng nhốt bốn mươi người

chín tháng ròng rã nói cười bên nhau

Bạn Thân

bạn cùng trung đội chí thân

không ruột thịt cũng tay chân láng giềng

vui buồn chia sẻ chung riêng

tuy không làm lễ đào viên bao giờ

Trần Mỹ Lộc, rất bảnh bao

mới vừa đi cưới cái Đào bạn tôi

xác to nên có hơi lười

được cái dễ bảo phục tôi nhiều tài

nhất là cái ngón lai rai

quân sư tình ái bi hài thành thơ

Quân Phục Đại Lễ

mặc đồ đại lễ cứng đơ

như ông gác cửa ra vào nhà ăn

cầm đôi găng trắng băn khoăn

sau này cò bóp tay đen, đỏ cùng...

bộ đồ nằm trong tủ chung

một vài lần mặc ngại ngùng đứng đi

cũng là cái vảy cái vi

của ông quan để dành khi ngậm ngùi

Ngày Ra Trường

bây giờ thành Chuẩn Úy rồi

ngày chọn đơn vị bồi hồi không vui

nhìn đâu cũng gặp ngậm ngùi

một mình đi lượm hương đời vừa qua

ở chán, rời xót xa

y như sắp sửa phải xa chính mình

hàng cây con đường làm thinh

gió không lên tiếng tiễn mình buồn chưa

LUÂN HOÁN

Vài Năm Sau

viết bao nhiêu cũng không vừa

một đời giang nắng dầm mưa quân trường

xin đừng chạm nỗi nhớ thương

Trung Nghĩa Đài, Đại Giảng Đường... ngủ yên

Cơm-Nhà-Bàn, nếu có duyên

sẽ về ăn cả lệnh truyền xưa xa

nhày xổm, hít đất, tà tà

đánh tay hát "đường trường xa..." dập dồn

Bốn Ngàn Một Trăm (4100) muôn năm !

ít ra là ở trong lòng của tôi

Phi trường Quảng Ngãi 1967

thân tặng Châu Văn Tùng, Nguyễn Văn Pháp, Trần Mỹ Lộc

bốn đứa gộp chung bốn kiểu cười

sao dường như chẳng có gì vui

mỗi thằng riêng cõng một tâm sự

lính tráng gì đâu mặt chẳng tươi

người đã không vui, cảnh quá buồn

không hình dung được cái phi trường

một đường *piste* thẳng non cây số

một cái nhà trơ mái với sườn

độc nhất một người nữ nhân viên

ngồi cùng với nắng mộng lim dim

bụi nằm thao thức trên nền nhám

gió chẳng bay qua, không bóng chim

đối diện chênh chênh mươi cây dừa

tôn tranh nằm ủ vách phên thưa

ra vào thấp thoáng vài con chó

người đã xa nhà, đang ngủ trưa ?

một đoạn đường đâm vào khoảng không

mái nhà không vách như trời trồng

giữa lòng rào kẽm và bao cát

cỏ nhú đầu còn ngại thong dong

chưa quá đoạn đường mươi bước chân

cổng vào ngỏ ngáo đứng chần dần

một ngưới lính gác phơi nón sắt

trưa đổ nắng đầy lên cánh lưng

vọng tiếng động khua trên đường khô

chiếc xe ngựa hiện giữa bụi mờ

vài ba người lính dường đang ngủ

giống bức tranh tàu nét vẽ thô

ngồi đợi chuyến xe Air Việt Nam

không chừng chưa chịu chạy ra đàng

bốn thằng chụm lại thành một đống

nhìn kỹ, hiện thành dấu chấm than

Càn Xuân Phổ theo lụt rút

tưởng niệm Trần Mỹ Lộc, hy sinh lúc chạng vạng

bùn già trộn bùn non

tràn lan mặt cỏ đất

lụt rút lệnh rời đồn

hành quân rất lật đật

không mang theo lương khô

nghĩa là chơi ngắn hạn

sáng đánh tối mai về

không chừng chẳng tốn đạn

nhưng lần này sang sông

vào Xuân Phổ gặp chuyện

tuy nhẹ như sợi lông

đủ làm ta chết lịm

chuyện xảy gần cuối ngày

vào lúc trời chạng vạng

bị lọt vào vòng vây

bốn bên khét khói đạn

ta lãnh một vết thương

gốc sắn đâm sát mắt

bởi phản xạ bình thường

úp vội mặt sát đất

dấu ấn trận đầu đời

ta mất một thằng bạn

hồn vía lên lưng trời

chống mắt ngồi chờ sáng

Xuân Phổ nằm sát hông

mênh mông dòng Trà Khúc

triền miên đã nhiều năm

phơi thân hứng đại bác

đất không thủ dao găm

nhưng chờn vờn thần chết

lần đầu ta đến thăm

chính thức vào cửa hẹp

được gặp mặt đầu tiên

mấy ông kẹ du kích

bản mặt trông rất hiền

tâm địa đâu thể biết

nắm thử lựu đạn chài

thu hoạch hồi nửa buổi

không ngắn cũng không dài

như cái buồi đủ tuổi

nghĩ bụng mang về khoe

cho Nghiêu Đề lác mắt

và quả thật mang về

thay hương cúng trời đất

Lội ruộng

nhúng *botte de saut* vào mặt nước
rùng mình ngực nhói nỗi bâng khuâng
bùn đất mỉm cười hay chớm khóc
ai dẫm vào ta tận đáy lòng

mùa lạnh đang về mưa tầm tã
nước đầy mặt ruộng trống quanh năm
cỏ dại tự do còn èo uột
nhớ lúa hay sao yếu nảy mầm

ta thả thêm vào một chân nữa
và rồi bì bõm bước chân đi
nước chẳng chảy theo nhưng loang tỏa
những gợn vòng vo thở thầm thì

chợt thoáng nhớ về đời nông nghiệp
một thời lớn mạnh của cha ông
bình minh nắng chói đường cày cuốc
đêm thâu trăng rớt nặng gàu song

mùa gặt lúa vàng châu chấu nhảy

trâu nằm nhai lại bóng hoàng hôn

sân gạch cao dần cây rơm mới

bẹ cau hoa trắng gió lồng thơm

con chim chất quạch sà ngọn bắp

thương ngọn măng dòi con rắn khoanh

lùm găng bụi duối tay tìm ná

uốn cả tuổi thơ theo nhánh cành

mỗi bước ta đi dần dần nặng

hồn đời hồn dĩ vãng nông thôn

làm sao nghe lại câu hò cũ

những cánh lưng còng cấy mạ non

mặt ruộng bình yên thanh thản quá

như tuồng quên hết chuyện đêm qua

dẫu nước lấp đầy miệng đại bác

suýt lọt chân vô nổi da gà

chẳng thấy tăm hơi con đỉa đói

cá tràu cá nhét cá rô thia

dễ gì thấy được lưng con rạm

hồn đất quê thơm đã đoạn lìa

muốn đứng vài giây trên mặt ruộng

cho tình ngấm đất, đất vào ta

đồng không mông quạnh làm bia ngắm

nấm mộ cha ông hiện nhạt nhòa

khẩu súng đeo hông trì nặng bước

ta đi hồ dễ biết đi đâu

dù khoanh nhiều điểm cần thanh toán

chẳng có điểm nào không bể dâu

Về lại với núi

"như đứa con hư tìm về mái nhà cũ"

tôi run run bước trên mép bìa rừng

sỏi đá như tuồng níu nắm bàn chân

muốn sải vội, cả thân hình nặng trĩu

tôi dừng lại vài giây chờ nũng nịu

của mặt đất rừng, lưu luyến thả ra

thòng cả hai tay, nhẹ đỡ một nụ hoa

không còn nhớ tên gì, đang chúm chím

từ bao la cánh rừng già tắt lịm

những âm thanh huyền bí ngấm ngầm vang

khắp không gian đang chìm đắm mơ màng

có tiếng gọi tên tôi ngân rất rõ

giọng âu yếm đã nghe từ rất nhỏ

lớn dần dần đến cực đại thanh âm

tôi véo nhẹ tôi để biết chẳng nghe lầm

trời đất núi đang mừng tôi trở lại

36   LUÂN HOÁN

trong lớp vải *treillis* thân hình tôi rắn rỏi

da nám đen như thơ ấu đã từng

đi đứng ngồi nằm chạy nhảy lung tung

cùng con sóc con chồn con rắn mối

ôi một thuở đội mưa rừng đứng đợi

mẹ cha về trong mái chái tạm cư

cành quế thương sà nhánh gió vi vu

lời hát dỗ một thằng cu lên sáu

mực tím đổ, ngòi lá tre vụt gãy

bởi vẽ lên mặt đá những chữ to

từ a, b cho đến những u, o

sướng như lớn từng giây không thể tả

cách xa lâu nhưng núi rừng không lạ

tôi bước đi quên lững đang hành quân

colt 45 vẫn lận thắt lưng quần

thân nhẹ nhõm như không mang áo giáp

trên bản đồ mục tiêu như nốt nhạc

đồng đội cùng tôi đã tiến vào sâu

gió thong dong đang ban phát phép mầu

chúng tôi thở nhẹ dần, lòng tin tưởng

bứt chiếc lá tôi vấn kèn sung sướng

thổi một hơi giọng khướu hót vụng về

trên vùng cao hơn bừng dậy say mê

những tiếng hót của cư dân núi biếc

ngừng một phút lòng ngấm sâu tha thiết

hương anh em bè bạn thân tình xưa

xòe bàn tay che tầm ngắm thật vừa

những hình bóng đang hiền hòa chuyển động

gió từng phút tưởng chừng thêm lồng lộng

lòng của tôi cũng rục rịch liên miên

bên kia Lào, giòng mây trắng nghiêng nghiêng

núi tiếp núi hồn dính liền một khối

LUÂN HOÁN

ứa nước mắt ngỡ mình đang phạm tội

tôi làm gì sai sót hỡi rừng xanh

bỗng trớ trêu muốn cảm tạ chiến tranh

cho tôi đến nơi này như du ngoạn

Tiên Phước, Trà My, nơi tôi từng lánh nạn

cũng xanh um huyền bí đẹp như ri

mấy chục năm rồi lặng lẽ trốn đi

giờ lên núi như về thôn làng cũ

cảm ơn bạn, những kẻ thù thức ngủ

ở nơi đây không khai hỏa phát nào

kìa nhìn xem bên góc núi đất Lào

ngọn khói trắng đang bay thong dong quá

Tôi thời tác chiến

1.

cũng có vài ba cái dù

che bớt chút đỉnh sương mù bão giông

lập dị cứng cổ bất cần

tự chọn giáp mặt tử thần tỉnh queo

2.

mới về đã được lính cưng

không để cho cõng trên lưng món nào

nên chi anh bạn ba-lô

đứng trong hầm cát bơ vơ ngủ hoài

3.

cả đời chưa trói con gà

đá đít con chó vậy mà cầm quân

chín tháng quân trường lừng khừng

bước vào mặt trận không ngừng động binh

4.

trước kia dạy bậy mấy giờ

học trò đôi đứa lập lờ tình nhân

tiếng "thầy" được nghe mươi lần

bây giờ hình mũi được nâng "ông thầy"

5.

thằng bạn cho lính ăn đòn

chỉ vì trễ phép, bồn chồn không vui

thưởng phạt tùy quyền mỗi người

riêng ta xử dụng nụ cười thường xuyên

6.

còn chưa dạn miệng chửi thề

là chưa dẫn lính hành nghề được đâu

ta học văng tục được rồi

thành công một nửa cuộc đời chỉ huy

7.

hơi run khi ngó mục tiêu

địa hình quan sát thấy nhiều bất an

có súng khai hỏa mở màn

tự nhiên linh hoạt nhẹ nhàng hết lo

8.

vốn không phải lính hào hoa

lính cậu lính kiểng lính ma lính chùa

chỉ là tay súng trong mùa

động viên nhưng lại rất ưa chiến trường

9.

bộ đồ trận không ủi hồ

ống quần gom nối giày *saut* lùi xùi

vành mũ lưỡi trai xuôi xuôi

sát hông khúc sắt ló đuôi lè phè

10.

rỗi, về phố dạng binh nhì

hẳn nhiều người tưởng lính chì ba gai

thật ra vì khá xấu trai

khó tìm em út đâm coi nhẹ đời

11.

được em *ok salem*

chịu nhận giấy nhắn hẹn em, quá mừng

ngày mai dẫu phải lên rừng

hay lội đâu đó vẫn ưng trong lòng

12.

nhìn lính tán gái mà ham

nhưng vẫn làm bộ và làm le thôi

đôi khi của rớt từ trời

may đã chưa phá hại đời của ai

13.

với bao nhiêu thứ nợ nần

với bao nhiêu chuyện vân vân và và

yêu em thương cả cỏ hoa

yêu em thương cái chính là tình yêu

14.

làm lính làm nửa anh hùng

nửa kia tử trận nhập chung, là thành

một đấng Anh Hùng Vô Danh

làm cầu cho đám mua danh nghiêng mình

Đột kích xóm Mồ Côi

ruộng lúa đã thành đồng cỏ hoang

ngọn cao ngọn thấp chen nghênh ngang

lối đi, bờ ruộng mờ mờ dấu

bình lặng không đồng nghĩa bình an

nằm chính giữa đồng một nhúm cây

chuối xơ mít cụt dáng cau gầy

mọc xa nhau đủ nhìn thấy rõ

mấy mái rạ, tranh, thiếu khói bay

không bóng áo bay cho có duyên

bức tranh thủy mặc nét hồn nhiên

mây che nắng chiếu không hề thiếu

sao cảnh nông thôn phủ tiêu điều

trên bản đồ khoanh đúng điểm này

mục tiêu sắp chiếm giữa ban ngày

có cần bắn thử vài tràng đạn

động tĩnh ra sao sẽ ra tay

đột kích nên đâu thể bắn bừa

sắp hàng ngang, giữ khoảng cách thưa

khinh binh mở lối đồng loạt tiến

dàn yểm trợ sau cũng đã vừa...

vào trọn mục tiêu, rà mắt lên

góc nhà, gốc mít, cuối chân phên...

cửa hầm thường ẩn gần ảng nước

lựu đạn thường gài mé bước lên

không có vịt gà, chó cũng không

hơi người hít thở thoảng như còn

đoàn quân âm phủ đang hờm sẵn

độn thổ bất ngờ, xơi miếng ngon !

nhớ tháng vừa rồi đại đội 3

của trung úy Thiện quá tà tà

lơ là bố trí khi cơm nước

đạn nổ dao đâm xáp lá cà

LUÂN HOÁN

tay rút súng cầm đã khá lâu

có ông Tào Tháo ngự trong đầu

mắt soi mói ngó từng thước đất

dấu trùn chân dế độ nông sâu

bố trí quân chờ lệnh tiếp theo

lên rừng vào núi lội vèo vèo

ở đây ông địa hay cười lắm

thằng nhỏ trên người chắc cũng teo

Tư Nghĩa đêm hồng

cho dù chưa cử hành hôn lễ

em đã là chuẩn úy phu nhân

cha già linh động lo xong cả

hôn thú trước khi được động phòng

là bà xã ngày hè nghỉ học

em gởi thư tin sẽ vào thăm

xe đò nhà em chạy Quảng Ngãi

ngày đi ngày về thế là xong

tưởng em nói chơi nhưng làm thật

còn lanh hơn ta tưởng rất nhiều

tìm đến đúng nơi ta đồn trú

thật tuyệt vời thay cái tình yêu !

hôm đó tiểu đoàn Một / Bốn (1/4)

đóng quân núi Dẹp dưỡng chân tay

riêng ta kiểm soát vùng Tư Nghĩa

quanh quẩn ở không suốt cả ngày

LUÂN HOÁN

gặp em đúng ngọ ngày nắng đẹp

bọn lính xúm mừng chị cả xinh

em vẫn chưa qua thời con nít

nhưng mắt lá răm ướt rượt tình

bởi quá bất ngờ xin không kịp

phép về phố ngủ, trời đã đêm

em theo trung đội ta nằm kích

giường đất, thân ta là gối mền

vui quá ta đâm ra lọng cọng

hương da hương tóc quấn bên mình

đêm nhiều sao đủ cho nhau thấy

nhịp đập không đều của trái tim

giữa lúc trang nghiêm linh hiển ấy

màn đêm xẹt đỏ tiếng A.K

em kinh hoảng hỏi chuyện chi vậy

và ôm không chịu nới tay ra

không hiểu vì sao đêm hôm đó

ta bình tĩnh lạ, rất bạo gan

mỹ nhân làm lộ anh hùng thật

may phước bạn chơi sớm lui hàng

nằm lại, bực mình giận du kích

em thì rấm rức khóc quên thôi

dỗ em vài bận còn chưa nín

đêm lắng sâu nghe những tuyệt vời

LUÂN HOÁN

Trước giờ G

ba giờ sáng xuất phát
họp xong, nằm thẳng lưng
uể oải che miệng ngáp
tứ chi mỏi quá chừng

có vẻ muốn ngã bệnh
đau ư ? cũng phải bò
không để ai lầm tưởng
chết nhát đang giả đò

chuyện hành quân tác chiến
đã quen nghề, mát tay
gần hai năm đánh đấm
bớt sợ, hết ngô ngây

lúc tiên phong xung kích
khi trừ bị đi kèm
thay phiên nhau hoán đổi
vai nào cũng quá quen

sắp đến giờ, tập họp
đếm quân số điểm danh
kiểm lương khô, cấp đạn
chia nhiệm vụ thực hành

nhắc đệ tử mang máy
dợt thử lại đàng hoàng
nhắc đệ tử phục vụ
cần gọn nhẹ quân trang

tùy mục tiêu tham chiếm
cảm giác có khác nhau
nặng lòng đội nón sắt
tâm nhẹ mũ vải thôi

có thân phải giữ mạng
không ai nhắc nhở mình
nhưng bắt buộc binh sĩ
phải nón sắt nghiêm minh

trước giờ G rỉ rả

rít một điếu *pall mall*

bỏ túi dưới ống quyển

một cuốn vở mỏng tanh

xe mắt mèo nhập trại

thi hành lệnh *zulu*

chờ lính lên đầy đủ

lên *cabin* gật gù

nhớ, nghĩ về cô vợ

đang còn vị thành niên

buồn thoảng cùng hơi thở

xe dằn nghiêng niềm riêng

Đoạn viết ở Thu Xà

ngọn hương vội nhớ mẹ hiền

ngày xưa mẹ ghé Thu Xà

hình như đa số thường là đường sông

mẹ không trực tiếp gánh gồng

nhưng luôn xuôi ngược bán buôn theo dòng

thả đời theo những nhánh sông

Trà Khúc, Sông Vệ bềnh bồng Cô Thôn

Vực Hồng, Cổ Lũy, dấu son

từ chân mẹ ngấm hương còn đâu đây

xứ đường ngọt cỏ ngọt cây

chắt chiu mẹ chở về bày Hội An

ghe bầu trĩu nặng trăng vàng

gói sáng vóc dáng bà hoàng bán buôn

Thu Xà, chừ con đến luôn

nhưng chỉ quanh quẩn trong đường đi săn

săn người tuy đã hơi quen

lần nào cũng nặng băn khoăn lạ lùng

hôm nay ngồi ngó mông lung

dấu thành thị đã thành vùng cỏ hoang

gạch vôi gỗ đá ngổn ngang

nơi nào mẹ đến bốc hàng xuống ghe ?

tìm thăm, súng vẫn lăm le

nghe thầm bốn phía đang đe dọa mình

ngày xưa nắng ấm thủy tinh

không vướng khói đạn linh tinh như chừ

vẩn vơ vụn vặt suy tư

cũng là thương nhớ đến từ ngẫu nhiên

Thu Xà thời mẹ hữu duyên

thời con dữ núp trong hiền quanh năm

thả lòng qua ruộng qua sông

thương cánh cò trắng vòng vòng buồn tênh

Mắc mưa trên rừng Ná

mưa cầm chân lính trên sườn núi
không tiến không lui, tạm xả hơi
lùng bùng gió bọc *poncho* nặng
bóng ngồi bóng đứng như cánh dơi

cây thấp ngang người luôn chao động
người lười xê dịch nép vào cây
mịt mù màn nước đang bủa rộng
Na Tra, Lý Tịnh thả quân vây ? (1)

lính như trăm gã Tôn Hành Giả (1)
thiết bảng lè kè chống đứng chơi
mặc kệ quân trời đang hùng hổ
mỗi thằng mỗi hướng ngó khơi khơi

tiếng máy truyền tin kêu như thở
lúc nghe lúc mất tiếng rè rè
đại bàng theo cánh phượng hoàng lặn
thẩm quyền các cấp đang im re

56   LUÂN HOÁN

bốn lớp áo ôm thân mình chặt (2)

còn nghe cơ thể lạng quạng run

ước chi có điếu Quân Tiếp Vụ

dâng cho rừng Ná chút hương buồn

chợt nhớ đây là vùng Đức Thạnh

đất lành đất dữ biết ra sao

"vũ vô kiềm tỏa, năng lưu khách"(3)

nhìn trời ngó núi lòng nao nao

(1): nhân vật trong Tây Du Ký

(2): maillot - chemise - cuirasse - poncho

(3): Đàm Thuận Huy (mưa không cài then vẫn giữ được chân khách)

Quán Lát chuẩn bị vào chạng vạng

dõi mắt hai chiều quốc lộ 1
con đường tróc nhựa nằm chênh vênh
hướng ra Đà Nẵng sâu thương nhớ
hướng vô Sài Gòn buồn mông mênh

chiều xế bụi nằm chờ gió thổi
thiu thiu ngái ngủ đám cỏ già
lơ thơ mây đọng từng chùm bóng
thưa thớt cây không buồn thở ra

đã vắng tanh rồi bóng người qua
chuyến xe lam cuối đã rời xa
nắng còn trên ngọn Văn Bâng thấp
chim núi còn chưa trở lại nhà

còn khoảng hai giờ, đêm mới sang
trung niên vội vã rời xa làng
tuổi già ở lại khoanh trong chiếu
đèn không cần thắp, bếp tro tàn

ta dân xa lạ đến ngồi đây

không hẹn đổ máu trên đất này

tự dưng muốn khóc cho cây cỏ

khóc cả cho ta bạc gót giày

Quán Lát chưa đêm, súng rập rình

đưa quân tìm chỗ chốt qua đêm

sáng mai không chắc còn súc miệng

lặng lẽ tay sờ thăm trái tim

Sớm mai Thi Phổ

cả đêm nằm trằn trọc
chợp mắt đã bình minh
văng vẳng tiếng chim hót
uể oải ngồi vặn mình

mù mù sương bủa mộng
la đà vờn nhánh cành
hiu hiu hơi gió động
run run chòm mái tranh

xóm âm thầm đơn độc
len lén thở ngập ngừng
tiếng vạt giường tưởng tượng
thấy nhạt nhòa cánh lưng

ngồi lắng lòng một chặp

đời thực đã trở về

vô tình tay chạm ngực

tiếc thầm thoáng u mê

đưa tay đỡ nón sắt

đầy nước từ đàn em

súc miệng và rửa mặt

mừng đời vừa qua đêm

Trăng đêm xóm Ngọc Điền

ứng chiến sư đoàn, lòng thầm nghĩ
đêm nằm tròn giấc, mộng bình an
trong hiên, người nhường cho chiếc chõng
mùi tre hương chiếu quyện nhẹ nhàng

tay gác trán nghe vang tiếng dế
nỉ non âu yếm ngợi ca tình
nước sông Trà Khúc lần theo gió
mát lạnh hơi ai phà gáy mình

lính bố trí quanh khu vườn rộng
mơ hồ nghe giọng hát Hoàng Oanh
"anh đi chiến dịch..." bi hùng quá
giòng nhạc trôi cùng ánh mắt xanh

chưa quá nửa đêm trăng phơi phới
vườn cây tình tự thở bên nhau
nhìn dòng trăng sáng tràn ngọn lá
dồn hết bâng khuâng lót gối đầu

LUÂN HOÁN

đang nghĩ về em, lòng sao lạ
nhìn trăng chợt nhớ tướng Đặng Dung
đầm đìa hương nguyệt lưng đầu bạc
hương kiếm mài thơm chí anh hùng

khẩu súng còn trên dây nịt đạn
nằm đây chưa chắc đã an toàn
mỗi thước quê tình đầy bất trắc
thòng chân e đã gặp suối vàng

tướng tá trong kia đang uống rượu
nhảy đầm, ân ái hay nằm lo ?
một khoảng chõng tre chân duỗi thẳng
đụng vào nỗi nhớ chảy như thơ

Trèo núi Ngang

khi đổ xuống núi Ngang
ta làm trung đội trưởng
cổ đeo cái địa bàn
túi áo dắt bút mở

nắng sớm mai long lanh
xanh lá rừng che chắn
gió đồng ca loanh quanh
không chút gì lo lắng

bước giày chợt bâng khuâng
tìm thơ hay tìm giặc
tảng đá chạm mũi chân
giật mình tim co thắt

LUÂN HOÁN

chắc sẽ phải bắn ai

trái, phải hay trước mặt

rừng núi liền thân vai

nhìn chưa ra nghịch tặc

vẳng tiếng suối xa xa

nghe như cha đang rót

vào tách dòng nước trà

mừng một ngày nắng tốt

Trấn núi Phú Sơn

1.

ba ngày trấn giữ Phú Sơn

đồi cao, núi thấp, trên tròn, dưới vuông

khói lên, mây xuống, buồn buồn

nắng vô ra núi ngát hương xuân thì

rì rào gió đến, gió đi

chao qua, chao lại rù rì lá bay

không lều, ngồi dưới bóng cây

vui tay mở vội đôi giày ra phơi

mùi chân, mùi vớ, mùi đời

mang ra suối tắm một hồi xả xui

trút xong lớp bụi trên người

nghe thân xác nhẹ tinh khôi lạ lùng

2.

thói quen từ thuở học sinh

thường thường có cái máy hình lận theo

buồn buồn bấm một cái vèo

vui vui cũng một cái vèo bấm chơi

tấm này chụp trên ngọn đồi

với một chú lính vừa rồi tắm chung

trên hai áo, dưới không quần ?

nhưng không để lộ anh hùng ngã ba

chân đi bằng giày thịt da

của cha mẹ thuở sinh ra đến giờ

đạp trên đất cát sượng trơ

nghe lòng sông núi chạy vô thân mình

sau lưng, đồi núi thanh bình

có sông có núi có tình nước non

nếu như cụ Tản Đà còn

lên đây chắc có nước non thứ nhì

3.

chú lính bên tôi rất chì

Nguyễn Hùng tên gọi, bình nhì của tôi

lính trận, trông thật buồn cười

hai thằng chỉ một cái nồi xách tay

ba ngày xếp vó ở đây

không giặc không thú nào vây rình mình

hưởng thong dong bất thình lình

rủi lát nữa chết thân mình vẫn thơm

núi non ơi hỡi núi non

xin giữ hình ảnh để còn nhớ nhung

ba ngày, thơ một dòng chung

hồn trong lục bát xin cùng sống lâu

rồi đây tôi sẽ về đâu

núi này vật đổi sao dời ra sao

trời cao tiếp tục trời cao

kiếp người bèo bọt ra sao cũng đành...

LUÂN HOÁN

Giữ cầu Sông Vệ

tiểu đoàn về Núi Dẹp
dưỡng quân nửa tháng trời
chia nhau đi kích gác
vòng đai quanh cụm đồi

một tuần trụ Quán Lát
một tuần đi trấn cầu
cầu trùng tên thị trấn
còn đông người, khá vui

Sông Vệ thuộc Tư Nghĩa
tỉnh Quảng Ngãi miền trung
nổi bật là khu chợ
nằm sát đường lưu thông

bấy giờ vài nhân vật
thơm ngát danh nơi này
lấp lánh mắt thục nữ
yểu điệu vóc mình dây

Sương, Tuyết thuộc phái đẹp

dạng mỹ nhân đa tình

không thể vấp chân bạn

thỉnh thoảng dòm làm thinh

được giữ cầu Sông Vệ

sát chợ thật tuyệt vời

ngày ngày lội vào chợ

tối nằm ngắm sao trời

nhiều đêm ra cầu đứng

hóng gió đợi hứng về

tiếng cá thở dưới nước

chao mặt trăng nằm kề

hai đầu cầu lính gác

trong lô cốt ta nằm

mơ thấy giọt sương rụng

ngấm vào thân tiếng ngân

70   LUÂN HOÁN

có đêm nghe loa gọi

đích tên ta, dụ hàng

gớm mấy ông du kích

tình báo khá rõ ràng

lính bực, chơi mấy quả

79 nổ dồn tan

chẳng biết những mảnh đạn

có mở đường suối vàng

chiến tranh mà, sống chết

là chuyện rất thường tình

chỉ thương cho sông núi

vạn vật bớt thắm xinh

một tuần giữ Sông Vệ

không lên, còn xuống cân

ngẫm nghĩ thấy hợp lý

hao hụt bởi tà tâm

NGAO DU CÙNG VŨ KHÍ   71

Tiền phương tiểu đoàn ¼ sư đoàn 2 BB

tiền phương, hai tiếng, nghe oai

thật ra chỉ có một vài nóc tôn

không phên, trơ những cột chôn

nền xi măng vặn bù lon chỉnh tề

thu đông tiếp nối xuân hè

gió không chỗ đậu qua về thảnh thơi

hương trời hương đất thơm hôi

tự do thăm viếng ghé chơi dễ dàng

chung quanh phơi phới cỏ hoang

cao hơn tầm nước hồng nhan đãi đời

xa xa mấy mái tranh phơi

mong manh vài ngọn hơi người hắt hiu

tiền phương, coi vậy, đáng yêu

dán tôi dính với tối chiều sáng trưa

nhớ em kín cả bốn mùa

vần điệu lẩn thẩn vẽ bùa thơm tay

LUÂN HOÁN

nửa đêm dựng dậy mang giày

rạng sáng thắc thỏm nơi này ra đi

mở mắt ngó được chỗ ni

đời còn tốt số nhiều khi ngon lành

huýt gió theo giọng Hoàng Oanh

thay tạm những tiếng gọi anh dịu dàng

tiền phương của cả tiểu đoàn

đôi lần tôi ngỡ là bàn viết tôi

Chạm súng nhẹ gần Rừng Lăng

không kịp són đái trong quần

giật mình liền với ngập ngừng thoáng qua

không lường trước chuyện xảy ra

phản xạ thích ứng rất là tự nhiên

bóp cò, thay đạn liên miên

mùi thơm thuốc đạn gây ghiền hay sao ?

thi nhau vãi đạn ào ào

cành tươi lá nõn lao chao vật vờ

cuộc chơi dài chẳng là bao

thịt da chẳng có nơi nào trúng thương

sờ thăm thân thể: bình thường

tự dưng cảm thấy buồn buồn chuyện chi

LUÂN HOÁN

trời cao cây lá thầm thì

gió vô tư hát câu gì vu vơ

lòng vừa lượm được dòng thơ

sau cuộc chạm súng không hao tổn gì

bật *zippo* ngồi nhâm nhi

khói ra đường mũi bay đi chờn vờn

sợi mây cuốn chút tâm hồn

hình như có cái chi còn bâng khuâng

Qua đèo Bình Đê

vang bên tai tiếng chim kêu

"bắt cô trói cột" (1) đong đưa nhánh cành

thoáng nhớ thời đầu chiến tranh

ta ngồi trong thúng chòng chành vai cha

cũng lội qua cánh rừng già

chiều thênh thang gió sa đà bám theo

thời gian lặng lẽ bay vèo

bây giờ ta cũng qua đèo buồn tênh

"năm trâu sáu cột" lênh đênh

nỗi buồn vô cớ mông mênh vô cùng

chung quanh núi tiếp liền rừng

tiếng bánh xe động lạnh lùng hoang mang

trái mìn nào sẽ mở màn

một cuộc phục kích giữa ngàn non xanh

xe ta ngồi sẽ tan tành

hay xe đồng đội đồng hành trước sau

(1): tiếng một loại chim khướu có âm vang tương tự
trong chuyện cổ tích "năm trâu sáu cột"

LUÂN HOÁN

Hành quân Tam Quan

thỉnh thoảng ghé Tam Quan
khi đến thường sờ sợ
hình ảnh cái "gáo dừa" (1)
vừa cười vừa mắc cở

đánh đấm có được thua
nhưng chuyện "ôm đầu máu" (1)
với ta quả thật chưa
xài cặp chân bôn tẩu

đâu là Tam Quan Nam ?
đâu là Tam Quan Bắc ?
nơi đâu mả A Sầu ?
nơi đâu cầu Nước Mặn ?

trên bản đồ hành quân
mấy vòng khoanh điểm đến
lội muốn rạc cả chân
khác chi nhậu tới bến

NGAO DU CÙNG VŨ KHÍ

77

ngồi lưng đèo Bình Đê

giống y một con khỉ

tiếng cắc bụp bên tê

làm hết hồn thi sĩ

đâu bánh tráng nước dừa

đâu làng bún số tám

nghe như chuyện đời xưa

lơ mơ hồn lãng mạn

trước ta xanh nghít rừng

sau ta sừng sững núi

tìm mối tình lận lưng

quả nhiên là quá khó

LUÂN HOÁN

tiến chiếm mấy mục tiêu

rừng dừa liền ruộng cháy

đón ta chỉ bấy nhiêu

lá động thay tay vẫy

hành quân rồi hành quân

đế giày không kịp thở

giá khẩu súng lận lưng

được nấu cho ghi nợ

Mở đường ra Chu Lai

khi mở đường Chu Lai

đồng nghĩa được nghỉ phép

một ngày quả không dài

nhưng đời lính dễ ngắn

trước khi đi, lai rai

bò tái sông Trà Khúc

nhúm bụi lận trong tai

đời thêm giàu thế tục

lên xe GMC

trung đội còn ba chục

chẳng mạng nào dám chê

cuộc mở đường hạnh phúc

điểm đến có mái tôn

có nóc tranh lẫn lộn

giống khu chợ con con

tiếng cười đùa khá bộn

LUÂN HOÁN

ta vốn rất chịu chơi

cho lính chơi xả láng

nếu thích nằm nghỉ ngơi

nếu ưng tìm kết bạn

bạn gái, lẽ đương nhiên

thợ may hay hàng xén

miễn có điểm xả ghiền

giữa chang chang bóng nắng

ta ngồi kéo lon bia

điếu *pall mall* cố hữu

cằm nhẵn nhụi râu ria

chẳng ra thằng lính bụi

Dừng quân dưới sườn núi Tròn

lên núi người xưa học phép tiên
mấy người có phước được hữu duyên ?
Nguyễn, Lưu cũng chỉ là truyền thuyết
không được làm tiên, làm thánh hiền !

ta đang được đứng giữa rừng xanh
lệnh dừng quân đợi, ngó loanh quanh
bỗng dưng hương núi vào cổ họng
thân thể dường như chợt mới toanh

rục rịch trong lòng nỗi nhớ khan
hình như không phải nhớ chậu lan
cũng không nhớ nắng chiều bên cửa
nhớ cái chi chi chẳng rõ ràng

nước suối đựng đầy một bi đông
hớp từng ngụm nhỏ thật thong dong
nước trong vào bụng loang hương rượu
thân tĩnh tọa nghe hồn bềnh bồng

82   LUÂN HOÁN

nhìn lá trên cành cụng đầu nhau

vai kề góp tiếng hát thành câu

trời bao la quá rừng xanh quá

nghe tiếng lòng ta cũng điệp màu

thật tuyệt vời thay cuộc hành quân

không nghe mìn đạn quậy lung tung

chuyến đi săn giặc thành du ngoạn

chạm mặt quê hương đẹp lạ lùng

khỏi phải Ngự Bình, Núi Chúa chi

không cần Hòn Kẽm, thác Cam Ly

một thân cây đứng trong trời đất

hít thở hồn nhiên đẹp cách gì

lâu lắm mới nhìn rõ quê hương

thanh xuân mầu nhiệm quá phi thường

hiểu ngay mấy tiếng tình Tổ Quốc

rạo rực nhịp tim nguồn yêu thương

lượm lên viên sỏi cầm trong tay

nghe hơi đất dính thở vơi đầy

phân chim lá mục hồn sâu bọ

đặc quánh khối tình xanh cỏ cây

ai nắm bàn tay đỡ đứng lên

hồn cây vía gió bước đi kèm

đến bờ suối ngắm mình qua bóng

thấy thật bình an một trái tim

thò tay vốc nước rửa mặt mày

thả giọt mồ hôi theo gió bay

đất trên mặt rớt chìm vào suối

lòng chợt trở về thuở thơ ngây

núi tiếp quản hương của một người

ta ngồi mũi súng chạm lên đùi

chợt quên khối sắt là vũ khí

tay gõ nhẹ lên huýt gió chơi

Ngủ cùng *poncho*

gần suốt vài năm ra mặt trận

không ăn chay nhưng nằm đất thường xuyên

nằm võng không quen hay xây xẩm

trải tấm *poncho* nhập cõi tiên

đất núi đất vườn đều là đất

bốn mùa đêm bọc những hơi sương

dẫu nằm co quắp hay lưng thẳng

vẫn mộng vẩn vơ chuyện chiếu giường

nhiều lúc giật mình khi trực nhớ

những lần cho gói xác tử thương

óc vỡ tay lìa chân rách nát

dồn chung trong ruột *poncho* buồn

hoảng hồn tưởng tượng mình như đã

vội ngẩng đầu lên ngó mông lung

vạn vật im lìm đầy bí hiểm

trong lòng ngang dọc nỗi niềm riêng

Bên một đoạn sông Trà Khúc

đoạn sông này một phần dòng Trà Khúc ?
một con sông nổi tiếng của quê em
giờ có lẽ đang mùa lưu lượng nhỏ
hay quanh năm dòng chảy vẫn êm đềm ?

ta người lính đang hành quân, được lệnh
tạm dừng chân bố trí đợi bất ngờ
ngồi bên bờ chen cùng hoa cỏ dại
lòng buồn buồn theo mắt ngó bâng quơ

mặt nước động hay tâm ta chao đảo
gió thổi nhăn mặt gương phẳng mây soi
vài đám bèo lềnh bềnh trôi lừng chừng
chừng như run theo số phận lạc loài

nắng nửa buổi trải vàng nguồn âm nhạc
lời vô ngôn tiếp nối đất cùng trời
ta nghe rõ phổi mình đang hòa nhịp
thở cùng tim và gió nước chơi vơi

LUÂN HOÁN

không cá móng vẫn nghe muôn sinh động
sống hồn nhiên trong dòng chảy âm thầm
ta cũng có những nồng nàn yêu dấu
biết thảnh thơi trong chốc lát lặng câm

vài phút nữa ra sao không cần biết
quên nhớ thương sống trọn với thiên nhiên
duỗi thẳng cẳng bàn chân không chấm đất
mắt mở to lòng đang mộng lim dim

Thôn nữ Mộ Đức

em không mập cũng không gầy

thân hình vừa phải mặt mày dễ trông

lỗ tai không tằm không bông

chỉ có lát chiếu khéo lồng xuyên qua

em mặc áo cánh bà ba

quần đen vải ú phôi pha tháng ngày

hương nắng còn đọng chưa bay

mùi mưa ngấm mãi vải dày thành thưa

nhìn qua chưa kịp thấy ưa

nhìn lại, lạ thật như vừa nhớ nhung

nếu mà không bận hành quân

tôi đây quyết rủ em cùng ngồi chơi

kể em nghe chuyện trên trời

dạy em biết chuyện hai người với nhau

vườn nhà em có sẵn cau

tôi nhờ chú lính mua trầu về ngay

LUÂN HOÁN

rồi đêm sẽ liền với ngày

rồi da thịt chúng ta đây sẽ liền

tay em che miệng cười duyên

tay tôi không thể để yên chỗ nào

má em hồng như trái đào

hương mưa hương nắng trộn vào hương môi

hương em cộng với hương tôi

thành hương trời đất hương người biết yêu

Mặt trận Phước Sơn

tặng đại úy thiết giáp Phan Quảng

hành quân liên kết vùng Quảng Tín

gặp bạn thân hồi Phan Châu Trinh

hắn chi đoàn trưởng, ngồi thiết giáp

ta hành nghề lội của bộ binh

gặp nhau hắn dặn nếu mày chạy

tao sẽ đợi đây để bốc mày

nhìn sườn đồi xanh nơi đang đứng

nói dễ dầu gì !... xong bắt tay

lần đó không ngờ ta rút thật

nhưng mà êm ả như đi săn

lính mang đầu cọp vào thế chỗ

nghe đâu bỏ mạng một vài thằng

ta với núi rừng từng là bạn

từ thời Tiên Phước cho tạm cư

ham chơi thường ngủ trên mặt đá

nắng có mây che, gió hát ru

lội núi chưa bao giờ ta sợ

hình như ngực mọc sẵn niềm tin

lá bùa hộ mệnh thơm trầm ngải

hoa lá mưa mây trộn tiếng chim

từng ngậm quế già, ngậm nước suối

hổ gầm rắn gáy khá quen tai

vi trùng sốt rét còn thân thiện

chồn chuột thấy ta phải chạy dài

hành quân Quyết Thắng rồi Liên Kết

Hỗn Hợp chi chi riết cũng thường

nhưng mà thật lạ khi ngồi họp

lần nào cũng cảm thấy buồn buồn

Khi nằm bệnh viện Dã Chiến 1

khi chuyển đến... nhà thương
mang gọn tên Dã Chiến
ta lận theo lá bùa:
bức thư tình mới nhận

rõ ràng ta đã tin
bổn mạng mình vững số
và biết chắc tình em
không xù dù có cớ

nhớ rõ cái đầu giường
nơi ta nằm có nắng
rừng tóc ẩm hơi sương
bất ngờ có sợi trắng

tóc bạc hay tóc sâu
thời gian hay máu xấu
ta nghĩ ngợi gì đâu
Ngũ Tử Tư thời mới

mảnh đạn ghim sau vai

nằm im bên phiá trái

đối diện ngay trái tim

nếu lún vào chút nữa

sẽ mất chỗ cất em

đủ tên đủ hình bóng

đời chẳng dễ chết đâu

trời thường đánh trật búa

những thằng hay ham chơi

nhưng lòng vàng tơ lụa

em yêu không vào thăm

nằm nhìn sững bịch nước

sérum, máu trộn nhau

thiếp ngủ rồi ngủ thiếp

nghe ai nói lầm thầm

anh yêu, yêu anh lắm...

ta đang bay vòng vòng

trong cõi tiên cảnh mộng

Chiếm xóm An Ma

xung phong tiến chiếm mục tiêu

chạy chung với lính quyết liều mạng chơi

tiếng nổ vây bủa khắp nơi

tia đạn như lưới nhện ngời ngời bay

cả hai bên đều "vỗ tay"

bừa bãi xả láng hăng say liên hồi

địch phục trong xóm mồ côi

ta băng đồng trống chiếm nơi sát rìa

nương nhờ vài nấm mộ, bia

bờ cao đất lõm ngăn tia đạn lồng

cây *carbine* đã nóng nòng

tiếng nổ nhỏ nhẹ thong dong quá chừng

tức thì lựu đạn được bung

chiếm ngay thế thượng cùng vùng lên ngay

lính linh động, không đợi "thầy"

chỉ trong chớp nhoáng thổi bay tít mù

LUÂN HOÁN

mấy ông mặt trận lù đù

lặn đâu hay thật êm ru bà rù

tiến hành lục soát tịch thu

tai bèo vài cái vải dù hai vuông

khi không, ta thấy buồn buồn

ngó quanh cây lá thương thương trong lòng

cây *carbine* nằm sát hông

mũi chúi xuống đất như không chuyện gì

ghi chú: chữ trong ngoặc kép, các từ lóng thường dùng

Mục tiêu

bản đồ hành quân được trải rộng

ngồi nghe thuyết trình mặt dửng dưng

trưởng ban Ba nói theo que chỉ

từng điểm khoanh trên bản đồ chung

bút mở hai màu xanh với đỏ

nghiêm trang xử dụng bản đồ riêng

liếc thấy đại bàng đang rít khói

ta chợt lim dim một phút thiền

tình báo đưa tin nhiều bóng địch

qua đèo Eo Gió đến Minh Long

chính qui, du kích, cùng hộ lý

hướng mũi dùi nghiêng về phía đông

Nghĩa Hành nằm giữa năm con đất

Đức Phổ, Ba Tơ phía bắc, nam

Minh Long, Tư Nghĩa cùng Mộ Đức

năm lấy tay nhau miệt tây, đông

địch đổ dồn về nhiều vị trí
muốn chơi một thế đánh gọng kiềm
chiến lược quân ta vừa cố thủ
vừa dùng chiến thuật bẻ răng điên

ta vẽ một vòng rồi vòng nữa
chẳng dám vui tay vẽ vời thêm
mấy điểm trong vòng khoanh bút mở
xa lạ vô cùng sao nhớ em ?

nhìn sững từng vòng khoanh dẹp dẹp
hiện ra rõ quá dáng núi sông
rừng xanh êm ả nâng mây trắng
thênh thang gió hát nỗi mặn nồng

có đàn nai ra bờ suối ngọt
con uống con ăn con ngắm trời
róc rách thác cao say thả nhạc
xuống lòng đá đựng nước đầy vơi

một đám bù-chao-lùm rộn rã

đùa, chửi nhau chi cũng đồng âm

sức sống bìa rừng mênh mang dậy

hồn nhiên đa dạng nối chung lòng

ta thấy rõ ràng đàn kiến lửa

hè nhau khiêng cái trứng tròn tròn

hốc cây màu sẫm tạo tương phản

một dòng linh động chảy bon bon

và trên lồi lõm hòn đá lớn

dấu mòn lên xuống ông ba mươi

con cú triết gia đang ngủ gật

bầy bìm bịp nâu lí nhí cười

Bình Sơn, Chương Nghĩa cùng Sơn Tịnh

đất hiền thả lỏng mấy dòng sông

cửa Sa Cần đợi Trà Bồng đến

suối Nun, Cà Đú níu theo dòng

LUÂN HOÁN

bao nhiêu loại cá đang lên xuống

con cua, con hến đến con don

đều cõng trên lưng niềm vui sống

vô tư thân thiện đời thong dong

sông Rhe nghe rõ sông Ring gọi

nước chở nắng mây bay thảnh thơi

thoảng tiếng tiêu ai từ thượng cổ

dường như đang kiếm chỗ ngồi chơi

tất cả sinh linh tinh khiết đó

ta gom túm lại trong vòng khoanh

đặt tên cho chúng: mục tiêu một,

mục tiêu hai, ba... sẽ quân hành

ta máu lạnh ư ? không đúng vậy

làm sao ghìm lại những ngón tay

đã vẽ đương nhiên là phải đến

sẽ phải làm chi những điểm này ?

đại bác mấy ly gọi xin dội

phi cơ yểm trợ mấy mươi tràng

bao nhiêu *rocket,* đạn tác xạ

người, cây, nhà, ruộng...bình địa đàng

sẽ chiếm mục tiêu từ tảng sáng

sẽ vào trót lọt giữa đêm khuya

máu sinh linh đỏ như nhau cả

trừ cỏ cây, sỏi đá, mộ bia

quyết chẳng thể nào nằm đâu đó

dù trên đất mẹ, lòng quê hương

ta nuôi tổ quốc trong hơi thở

gắng giữ cho đời có yêu thương

chẳng dám trách ai gây chiến cuộc

quê nghèo nhược tiểu, không buông xuôi

lặng xếp bản đồ cho vào túi

thắp sáng tự do đứng thẳng người

LUÂN HOÁN

từng khóc hồn nhiên như con nít

sau khi chiếm trọn được mục tiêu

hôn lên lá nát cành cây gãy

nghe thấu non sông buồn hắt hiu

Đứng trước núi

nắm chặt cây "thiết bảng"
hô biến không chịu cao
không biết câu thần chú
cần đọc ra làm sao

lão Tề Thiên Đại Thánh
uống lén chậu phép tiên
ta chỉ học chút ít
cái tâm của thánh hiền

không thể dộng xuống đất
gọi thổ địa hỏi thăm
lão sơn thần còn mất
ta đến không ân cần ?

LUÂN HOÁN

giơ súng cao không bắn

tay khựng trong vòng cò

rừng núi đang trầm lặng

gây động rắc rối to

thần núi không xuất hiện

tìm đỡ o thần cây

hay là cô thần suối

thăm hỏi lại càng hay

ủa lạ, thần nào cũng

là đực rựa cả sao

phụ nữ đã bình đẳng

ông trời chẳng lẽ nào...

thôi được nam hay nữ

cũng đều có con tim

hãy bảo quí bạn hữu

trốn kỹ ngủ thật im

bọn ta vào một chút

ngắm lá hoa rồi ra

tôn trọng không bắn phá

tìm kiếm ai đâu à

thiên nhiên của tạo hóa

lộng lẫy đẹp quá chừng

ta xin phép nằm ngửa

ngắm cho thật ung dung

LUÂN HOÁN

Trằn trọc

nhìn em chạng vạng thắp hương

rón lén trong bếp buồn buồn ngó quanh

muốn hưởng một đêm yên lành

ta làm lơ đợi khói xanh hương tàn

vào chuồng trâu đã bỏ hoang

nằm co đưa võng xốn xang trong lòng

nghĩ mình phá đám đêm nồng

của đôi chồng vợ nông dân xó vườn

ám hiệu từ đám lửa hương:

đêm nay bất ổn người thương đừng về

chuồng trâu trống rỗng bốn bề

chợt thèm thế kẻ vẫn về mỗi đêm

nghĩ bậy xấu hổ ngồi lên

nhổ bãi nước bọt mông mênh gió lùa

bên trong giường lạnh phên thưa

tiếng lưng trằn trọc đêm vừa canh ba

Thanh toán mục tiêu

hỏa lực địch rát vô cùng
trụ trên gò mả phơi lưng nắng trời
bìa làng còn mươi thước thôi
chưa thể xua lính khơi khơi tràn vào

địch quân có giao thông hào
có cả địa đạo hàng rào hầm chông
lệnh lui ra, cố thủ nằm
đợi trực thăng vãi pháo bông một hồi

tháo lui đâu phải chuyện chơi
nhưng rồi cũng có chỗ ngồi dưỡng hơi
chăm chăm ngó một vũng trời
đường lửa khói trắng đen bơi lừng lừng

không thừa tâm trí hình dung
bộ-đội-bát-đất vẫy vùng ra sao
tên nào cũng gắn ngôi sao
không biết có cản đạn vào xác thân

LUÂN HOÁN

giọng đại bàng lệnh lạnh lùng

chuẩn bị đứt điểm cuối cùng cho ngon

cục xương đâu phải cái lon

chửi thề vẫn phải xung phong tức thì

Hoàng hôn xanh

nằm ngửa trên *poncho*

mây chiều bay qua trán

gió lảng vảng đến chào

hồn ngã về dĩ vãng

em đôi mắt đen trong

những chiếc răng sáng bóng

hai tà áo hở hông

gót chân tròn sáp đọng

lí lắc đôi bàn tay

nũng nịu vành môi nóng

phiến má đỏ hây hây

thắt lưng chừng như lỏng

bất chợt ta lắc đầu

nhìn những cành lá thấp

thấp thoáng cặp chim sâu

chắc thay nhau nằm ấp

LUÂN HOÁN

chiều xuống không phải lên

như ông Xuân Diệu tả

hay vì ta nằm trên

độ cao hoàng hôn đến

dù xuống hay dù lên

một ngày cũng sắp mãn

lòng lãng du bồng bềnh

thân chưa vướng vết đạn

nằm ngửa trên *poncho*

đợi giờ đi tìm chỗ

ẩn thân và đợi chờ

không gì ngoài tiếng nổ

núi cao trời bao la

oằn ruột nỗi nhớ nhà

em yêu và cha già

trước mặt mà xa quá

Thói quen quân hành

không màu mè cũng không làm điệu
thói quen ta mỗi lúc hành quân
mang đường phèn, nguyệt san tạp chí
nhét lung tung chật ních túi quần
đường phèn thế những viên kẹo ngọt
tạp chí, nguyệt san để thấy gần
cuộc-đời-thường, góc nhà thành phố
xã hội vui ấm áp người thân
cuộc hành quân bỗng nhiên nhẹ nhõm
di chuyển, xung phong, lục soát, dừng quân...
những khoảng trống tùy theo dài ngắn
truyện cùng thơ đọc viết cầm chừng
thú vị gặp Lâm Chương Biệt-Động-
cái thằng này, một bản lãnh thơ
không cao ngạo, chỉ ưa trào lộng
chữ nghĩa không cần bọc viễn mơ
thường đụng nhất, thằng Lê Vĩnh Thọ
câu canh nông đại bác nổi vồng
thơ của hắn chứa toàn thuốc nổ

LUÂN HOÁN

không banh thây mà nát tan lòng
tên hiền nhất, là thằng mê rượu
uống không nhiều mà ói ra thơ
Cao Thoại Châu của Na, chính gã
rót rượu chia khắp giới giang hồ
không đủ giờ đọc liền trọn truyện
Trần Hoài Thư vẽ lại chiến trường
thằng ốm vậy mà đi Thám Kích
lại trải lòng lót đẹp văn chương
còn nhiều nữa khó lòng kể hết
những dân ghiền sách báo hơn ta
đi đánh giặc không là đi chết
đọc, viết chơi cứ vậy tà tà

Lên núi nghĩ linh tinh

1.

chưa được đọc Saut Đêm (1)

của nhảy dù thi sĩ

đã thấy chút chênh vênh

khi lên lưng chừng núi

không rõ ông nhà thơ

Hà Huyền Chi nhảy tối

có cảm thấy bơ vơ

đu cánh dù chới với ?

tôi đoán hình như không

bởi ông đang mơ mộng

ôm trong tay bóng hồng

cả hai cùng bay bổng

tôi tin rằng sẽ không

bởi dù mở: thơ mở

ông say sưa phiêu bồng

cùng thơ mở sinh lộ

Saut Đêm giống nhảy đêm ?

có giống cũng có khác

hai không gian có em

một bên thiếu tiếng nhạc

2.

khoái Giấc Ngủ Chân Đèo (2)

của ông quan Đà Lạt

chừ có dịp làm theo

nhưng sao thường ngồi ngáp ?

đèo nào cũng có chân

ít khi ta dừng lại

đợi khi lên đến lưng

ngồi chơi mới thoải mái

chân đèo và lưng đèo

cách nhau không nhiều lắm

nhưng ta thích leo trèo

càng cao càng dễ ngắm

ông nhà thơ Duy Năng

chắc là mê vách đá

mến cỏ xanh thăng bằng

nên rất hay nằm vạ

tôi nghĩ ông nói chơi

cho thơ thêm lãng mạn

bởi đâu dễ ngủ ngồi

chân đèo như thi sĩ

nhưng hư thực thực hư

hình ảnh vô cùng đẹp

thơ trong giấc phiêu du

bềnh bồng cõi sống chết

LUÂN HOÁN

3.

vượt đèo đi tay không

súng bên hông lủng lẳng

đi và nghĩ dông dông

mất hẳn sợ ai bắn

không nhớ thơ Nguyên Sa

Trần Dạ Từ, Nhất Tuấn

Hoàng Anh Tuấn, Nhã Ca...

nhớ thơ nồng thuốc súng

hợp cảnh hợp tình chăng

xé toạc bao thuốc lá

tưởng dễ viết lăng nhăng

hóa ra ngồi vật vã

(1): tên thi phẩm đầu tay của nhà thơ Hà Huyền Chi

(2): tên thi phẩm đầu tay của nhà thơ Duy Năng

Tạ ơn giọng hát ru con bất ngờ

"à ơi con ngủ cho ngoan..."
nghiêng đầu gượng nhẹ hai bàn chân đi
xế trưa màu nắng lưu ly
thơm vàng vùng đất dậy thì cỏ hoa

lâng lâng lòng nỗi nhớ nhà
ủa, đâu có phải... như là nhớ... ta
nhớ lời ru mẹ xưa xa
vẫn nằm trong ngực tràn ra bất ngờ

nhớ luôn từng ngón tay sờ
trán ta non nớt trải tờ giấy thơm
dịu dàng thắm thiết nụ hôn
mẹ ghi từng nụ môi ngon lạ lùng

lời thương yêu tỏa mông lung
ta theo từng nhịp lớn cùng yêu thương
nôi đưa võng đẩy hương giường
mẹ hà hơi lót trăm đường đi ta

LUÂN HOÁN

xuống rừng khói đạn chưa nhòa

chợt quần áo trận thơm hoa bất ngờ

lời ru mầu nhiệm hơn thơ

mang ta trở lại đời bao la tình

vườn nhà cây lá lung linh

tạ ơn giọng hát ấm tình ru con

bước chân lựng chựng chưa mòn

nhờ lòng mẹ bọc gót son theo đời

"à ơi..." nhịp võng nhịp nôi

đường về doanh trại ta trôi bềnh bồng

Bệnh hư

gặp em nào cũng liếc ngang
không nhìn phía trước thì dòm phía sau
ngó chăm bẳm thật là lâu
hoặc nhìn chớp nhoáng từ đầu tới chân

lẩn thẩn nghĩ xa nghĩ gần
đôi khi thắc mắc bâng khuâng dật dờ
tóc đen mượt như nguồn tơ
ánh nhìn tình tứ ngấm vào thấu da

góc hông yểu điệu lụa là
bàn tay mềm mại như thoa nước dừa
vài nơi chơi ác ghê chưa
nhìn thoáng đã thấy khó ưa chính mình

ta dòng hào kiệt thông minh
mà sao tưởng ảnh tượng hình chi đâu
biết chắc đồng dạng như nhau
khác chăng chút đỉnh mà thôi kia mà

vẫn như mới rợi cỏ hoa

cả đời chưa thấy mặt qua bao giờ

bỗng dưng ta mắc bệnh khờ

máu B như đã bất ngờ thành D

đi hành quân mãi u mê

hay kho đạn trữ ê hề thành hư

thưa em thánh thiện hiền từ

cho ta xin lỗi chợt ngu bất ngờ

cứu mạng may còn câu thơ

viết ra xấu hổ nhưng lờ chẳng xong

rắc rối thay cái chuyện lòng

em đâu hiểu được lính mong ước gì

lên lon thì nói làm chi

lên chức gì mới đáng quì phải không

Một lần đi phép thường niên

1.

cầm được giấy "phép thường niên"

dông về Đà Nẵng đương nhiên khoái rồi

thăm gia đình và rong chơi

"mười lăm ngày phép" thảnh thơi vô cùng

một hôm chợt ghé thăm Hùng

con ông thẩm phán của vùng Một, chơi

anh cho nghe lén một hồi

đài Hà Nội nói trên trời trên mây

mới nghe thấy cũng hay hay

một chặp cái láo chất đầy lỗ tai

y như phải đọc chuyện dài

tân liêu trai viết chạy bài từng hôm

nghĩ thầm nếu dân miền Nam

ai cũng nghe được dễ dàng thấy ra

đâu là chánh đâu là tà

tại sao lại cấm, giúp ma lừa người

bực mình về, thấy không vui

vào Ngọc Anh ngồi rung đùi tạo mây

điếu *Pall Mall* tàn thân gầy

"suy tư cuộc chiến" kiểu này thường xuyên

phải chi mình có phép tiên

búng cho đất nước bình yên tức thì

2.

Ngọc Anh gần nhà Duy Lam

không quen chỉ biết, chẳng ham ghé chào

ông ta, trung tá hạng cao

viết văn nổi tiếng dính vào làm chi

thằng Hạp nói ổng lầm lì

với khói thuốc *pipe* ít khi nói cười

nhớ quanh, nghĩ quẩn: hết người

ghé thăm tán dóc chọc cười cho vui

thằng nào cũng giống "cái tui"

đang đi đánh đấm, dạy người phương xa

buồn tình đi đếm ngã ba

dừng tại ngã bốn ngó qua phố phường

phố vui làm mình thêm buồn

thấy em nào cũng thoảng hương học trò

cái thời "ngu như con bò"

đã qua đâu mất, chẳng mò đâu ra

về phép thăm vợ, cha già

dễ chi ru rú trong nhà được sao

tội nghiệp bước thấp bước cao

thuở nào đã vội trôi vào đời xưa

LUÂN HOÁN

Giữ chỗ tải thương

giữ chỗ trái khói tỏa vàng

một khoảnh đủ để kiến càng tải thương

làng còn da bọc lấy xương

nền nhà ngõ hẹp ao bùn sầu chung

hôm nay chưa phải cuối cùng

ngày theo ngày lửa bập bùng tiếp nhau

đất đá chưa kịp biết đau

cỏ không đủ sức ngóc đầu thở ra

nước mưa không kịp xóa nhòa

máu người thấm đất xót xa nẩy mầm

đàn kiến dời mãi ổ nằm

vẫn chưa an phận long đong lạc bầy

mấy thằng rách áo hôm nay

thêm được mất lít đắng cay cho làng

nhìn theo những mảnh khói vàng

buồn buồn cảm nhận nẻo sang kiếp người

Sau cuộc hành quân

gặp em nghe đói bụng liền

muốn ăn gì đó hạ ghiền thật nhanh

nồng nàn tình chẳng dối quanh

yêu là phải nhớ, nhớ thành tương tư

tương tư na ná ung thư

không có thuốc chữa, chỉ trừ em yêu

chuyện này không khó bao nhiêu

nếu em cũng có máu liều như ta

hãy cho ta cái mu xoa (1)

ướp một chút xíu hương hoa được rồi

ngửi hoài ta sẽ quen hơi

có mùi là có cả người kề bên

124   LUÂN HOÁN

hai người chung một trái tim

cần chi gai chích thịt rêm mới là

nói là nói vậy thôi à

tùy em quyết định chánh tà tùy nghi

hành quân về ta còn y

dụng cụ cần thiết, có khi hơn nhiều

yêu là yêu là yêu là yêu

Thúy Vân cũng đẹp Thúy Kiều cũng xinh

(1): khăn mouchoir

Đi đầu thai

đã đi đầu thai nhiều lần

mỗi lần mỗi khác dần dần cũng quen

đoạn đầu có bữa xe lăn

có hôm lội bộ lúc trăng nhạt rồi

đoạn tiếp thường giống nhau thôi

địa hình tuy khác, cách chơi vẫn là

thận trọng quan sát gần xa

hạn chế tiếng động xảy ra bên mình

tiếp theo thường bất thình lình

ngôn ngữ súng đạn tỏ tình hồn nhiên

không bứt giai đoạn "đi" liền

sẽ bước vào phút ưu tiên phận người

đường đầu thai hết buồn vui

như ăn cháo lú đánh vùi thản nhiên

sổ sinh tử tên chưa điền

hẹn lại vài bữa tìm duyên tức thì

LUÂN HOÁN

chẳng phải may mắn, gan lì

thao lược góp một xí xi thôi à

địa phủ chưa chọn làm ma

lần hồi rồi cũng vào ra âm tào

năng đi đầu thai, thế nào

có ngày cũng tới số vào *poncho*

mỗi lần có chút nao nao

vùi lời vĩnh biệt trở vô đáy lòng

đi đầu thai mà không xong

sống đời phế tật cũng như xong đời

cầu mong ông trời đừng chơi

tôi một vố xấu khác người lạ ma

Xót lòng nghe khúc tình ca

"Anh hỡi anh cứ về..."(1)

gối tay nghe giọng não nề -

                              hoang mang

lời nỉ non thật nhẹ nhàng

bén như mũi nhọn dần khoan nhói lòng

hình ảnh gợi mở chất chồng

bao nhiêu kỷ niệm mặn nồng thương yêu

dấu chân buổi sáng buổi chiều

theo từng giọt nhạc nâng niu chân tình

tiếng mưa nhịp gió rung rinh

mái tranh vách đất... rùng mình xót xa

tôi là người lính Quốc Gia

nằm nghe còn muốn khóc òa huống chi...

nếu tôi là... chắc tức thì

tìm cách hồi chánh chờ khi trở về

người đi trường Sơn, "đi B"

ngày đi thì có ngày về chắc không

gian nan chuyện nhỏ như không

đánh ai, ai cướp núi sông, ân tình ?

nằm kề biên giới tử sinh

chợt thương người phải cùng mình đánh nhau

ngậm ngùi lòng nuốt từng câu

Thái Thanh chan chứa niềm đau quê nhà

thầm mong người bạn phương xa

nghe thấm bài hát thiết tha buồn buồn

"về đây nghe tiếng nhớ thương..." (1)

tiếng lòng dân tộc mở đường tự do

(1): tên và một lời trong ca khúc của P.Duy,
   trong chương trình chiêu hồi

Thơ rớt trên luống xuân hành quân

mươi câu thơ nghĩ trong đầu
băng đồng lội ruộng rớt đâu mất rồi
bây chừ an tọa thảnh thơi
gắng nhớ không được thì thôi cũng đành

biết đâu chúng sẽ mọc thành
một cây cỏ dại ngon lành có bông
bông tàn hột rớt trôi sông
lại thành con cá phiêu bồng biển khơi

cá rồi cũng sẽ về trời
thành mây thành gió thành người tài hoa
người tài yểu điệu thướt tha
nghĩa là thục nữ, gặp ta yêu liền

một cuộc hội ngộ đoàn viên
tuyệt vời hơn cả thần tiên thuở nào

LUÂN HOÁN

tiếc thơ rớt, định làm thơ

mà thôi, đừng quá vẩn vơ, tiêu đời

khu vườn tan nát tả tơi

biết đâu dưới đất không trồi người lên

ngó ngọn cỏ dại trên nền

nhớ ra xuân ngự ngay trên đầu mình

Đếm sao trên cát biển Đức Hải

trải *poncho* lên cát nằm

gấp áo giáp gối trầm ngâm ngó trời

chờ vài ngôi sao đổi ngôi

hồn nhiên như thuở ấu thời xa xưa

trời rộng sao nằm lưa thưa

nhỏ như hạt gạo vỏ chưa trót đều

không rực rỡ chẳng lắt leo

ngọn hương óng ánh ai treo khắp trời

sao như cũng nhìn thấy tôi

lâu lâu lấp lánh như cười làm duyên

mỗi người một ngôi sao riêng

sao tôi đang sáng ở miền nào đây ?

thảnh thơi dùng cả ngón tay

tôi đếm từng vị chọn mày mặt tôi

ngôi lu chắc chắn của người

ngôi sáng ăn chắc là tôi đây rồi

LUÂN HOÁN

bất ngờ nó vụt đổi ngôi

nhìn theo không kịp bồi hồi buồn xo

bỗng dưng cảm thấy lo lo

đêm nay có thể... giả đò như quên

nhắm mắt không muốn ngó lên

mình không mệnh yểu, qua đêm được mà

sè sẹ hé mắt ngó ra

bãi biển Đức Hải gần xa tối hù

lần tay thăm lại con cu

đụng ngay khẩu súng lù lù nằm yên

trở mình giữ thế nằm nghiêng

đếm từng tiếng sóng luân phiên rì rào

bầu trời vẫn nhung nhúc sao

sao tôi du hí phương nào đó thôi

từ đầu gối vuốt lên đùi

chợt tin bổn mạng tôi, người trăm năm

Thư gởi nhân tình trăm năm

đầu thư thường viết "em cưng"

tiếp theo vun tỉa khu rừng vu vơ

lá tình thành một bài thơ

nhớ thương thương nhớ ngọt ngào tẩm hương

buồn vui quanh quẩn vui buồn

hồn mực hồn giấy quyện luôn hồn người

sắc màu hình ảnh khắp nơi

hiện diện đầy đủ góc đời ngao du

lành lạnh hơi lá vàng ru

dầm dề lội giữa âm u bùn lầy

thiu thiu gối ngọn hoa lay

rười rượi ngâm suối đọng mây lá rừng

bình minh chạng vạng nằm chung

xế chiều đứng bóng về cùng nửa đêm

thời gian luôn đứng chênh vênh

trên không gian để ấm thêm tình người

LUÂN HOÁN

chữ vang hơi thở sắp cười

chữ đọng từng chuỗi bùi ngùi nhớ nhung

trái tim muốn vẽ, ngại ngùng

viết vu vơ viết lung tung chỉ là...

hẳn đâu cần phải nói ra

hỡi người chăn gối mặn mà trăm năm

nhớ em hôn cái chỗ nằm

hơi ta còn đọng hương trầm từ em

súng đạn kề cận ngày đêm

có em để nhớ khỏi quên chính mình

có em để viết thư tình

hạnh phúc tuyệt đỉnh quang vinh đời người

Nỗi nhớ bất ngờ

mấy tháng xử dụng *carbine*

có dịp được thử bắn chim vài lần

không rõ có thiện xạ không

chim bay chẳng rụng sợi lông nhỏ nào

nhớ hôm vừa mới bước vào

nhà ông thủ-tướng-môi-cao khác người

nghe chào-mào hót thật vui

im nheo mắt ngó đầu ruồi động tay

nắng trưa trên tảng lá dày

chao lên một chút lộ mây giữa trời

vài ba chiếc lá mít rơi

gió đưa khẽ chạm chân tôi đứng nhìn

LUÂN HOÁN

chim bay hồn còn lim dim

ngày thơ ấu cũ đang tìm tới thăm

vẩn vơ vào mắc võng nằm

nhớ chim nhớ ná giấc nồng giữa trưa

"à ơi" vọng từ ngày xưa

giọng chị tiếng mẹ vang đưa buồn buồn

Chỗ dung thân

nhiều bữa ưu tư ghé về phòng trọ

để nguyên giày nằm trên ghế nhà binh

hai mắt nhắm lòng lắng nghe động tỉnh

thèm tiếng chân ai nhẹ đến gần mình

giờ hành chánh bạn cùng khu đi vắng

giấc ngủ không thương thằng lính bơ phờ

đành trở dậy quơ áo khăn đi tắm

dòng nước lạnh tanh chợt tỉnh bất ngờ

kỳ rửa nâng niu toàn thân tỉ mỉ

mấy vết sẹo đời được lãnh huy chương

táy máy nghịch chơi bút thần viết thánh

chẳng nghĩ về ai chẳng gợn vui buồn

khăn quấn nửa người trở vào nằm lại

bụi bặm chiến trường chưa sạch mùi hương

nắng lọt qua song hồn nhiên nhắc nhở

những đôi mắt xanh lóng lánh sân trường

LUÂN HOÁN

trà đá, cà phê, vỉa hè đang đợi

nửa muốn dạo chơi nửa muốn nằm nhà

rút điếu Salem gắn lên môi lạt

bật *zippo* nghe lạch cạch nhịp ba

không đi hành quân lẽ ra sảng khoái

một ngày ở không lòng thấy trống không

chiến trường lẽ nào là nơi hấp dẫn

nhưng hiện tại chừ là chỗ dung thân

xách súng ra đi và quay trở lại

còn đủ chân tay mặt mũi áo quần

sông núi vẫn xanh trong tim trong phổi

cảm tạ cuộc đời cho cõng trên lưng

Lửa cháy tuổi thơ

gởi hai bé xóm Núi Ngang ngày xưa, hai cháu còn mất ?

hai vai em đỡ hai tay chị

đứng nín thinh nhìn lửa khói bay

em lên năm chị vừa lên bảy ?

mắt buồn đang chết dưới lông mày

hai em đã mấy lần chứng kiến

mái rạ này bị cháy mấy phen

chẳng thể nào tuổi thơ không biết

cái nguyên nhân trước những hung hăng

cạnh mái cháy còn đầy lu nước

nước có làm tắt lửa được không

trời chẳng động lòng cho cơn mưa đổ

ta xuôi tay cam đứng tần ngần

căn nhà nghèo tội gì bị đốt

bàn tay ai lạc mất tâm hồn

ta đến trễ chừng ba bốn phút

mờ mắt không mưa lũ nước sông

LUÂN HOÁN

ngậm ngùi nhẹ xoa đầu, lục túi

cho hai em một chút tấm lòng

bốn tay nắm mắt không rời lửa

tuổi thơ rơi theo ngọn than hồng

ta quay gót hận mình bất lực

chiến tranh ơi máu mủ tương tàn

đâu ranh giới của hai chiến tuyến

ai chọn giùm ai một chỗ dung thân ?

Theo câu vịn chữ nằm lòng

1.

không phải "con ông cháu cha"
nếu không quân dịch cũng là động viên
thi hành bổn phận thanh niên
thảnh thơi sống với thiên nhiên từng ngày

2.

tôi-luyện "ba tháng quân trường"
học bò, học nhảy, học trườn, học đi
học bắn, học đâm, học... lì
học thương đồng đội, tử thi quân thù

3.

cũng nhờ "cư an tư nguy"
nên dù lạng quạng khó đi bất ngờ
vừa đánh giặc vừa làm thơ
vẫn luôn giữ vững ngọn cờ quốc gia

4.

"súng là vợ, đạn là con"
ghi nhớ từ thuở hãy còn một hai
cái thời tóc xa mép tai
chính thức làm đứa con trai ngon lành

5.

"nhìn quân phục biết tư cách" ngay
không cần soi mói mặt mày làm chi
đầu, mình, các cái, tứ chi
nhất là ống dẫn nước thì quá ngon

6.

"lên phải xuống, vào phải ra"
phép kéo cơ bẩm đó mà, thưa em
nếu cần làm thử em xem
súng ta lên đạn nòng thêm oai hùng

7.

"thao trường (gắng) đổ mồ hôi

chiến trường bớt đổ máu" thôi em à

địa hình chiến thuật mở ra

kiến thức đánh đấm rất là tinh vi

8.

cái câu "huynh đệ chi binh"

ra trận càng thấm chân tình anh em

tham chiến như thể đi đêm

gặp ma càng thấy khó quên bạn bè

9.

dù là "cùi bắp binh đơ"

quân phong quân kỷ thấm vào đẹp ngay

thường trực lửa đạn tháng ngày

"lính hào hoa" bởi dạn dày gió sương

10.

chưa thành "chiến sĩ vô danh"

hãy thành anh lính hiền lành biết yêu

144   LUÂN HOÁN

quê hương, em, đều mỹ miều

cả người cầm súng cũng kiều diễm luôn

11.

bởi có "em gái hậu phương"

nên "anh tiền tuyến" hết đường rút lui

dù cho chạm nỗi ngậm ngùi

cũng đành tạo dựng buồn vui thường tình

12.

không cần nói "lính mà em"

đổ thừa vớ vẩn cho em yên lòng

nhiều khi léng phéng đèo bòng

nhưng đâu bỏ đấy là xong ngay mà

13.

đúng y, "tiền lính tính liền"

cuối tháng tính sổ mấy thiên bay vèo

cạn tiền không phải đã nghèo

vẫn nhậu vẫn muốn kiếm mèo nuôi chơi

14.

"xanh cỏ, đỏ ngực" chọn gì ?

hỏi chi cắc cớ chú mi đừng đùa

đã đánh đá phải ăn thua

đỏ, xanh kệ mẹ đời đưa đẩy mà

15.

không bắn người người bắn ta

đương nhiên phải bắn rát da khi cần

nhiều khi chỉ bắn cầm chân

bắn có kỹ thuật, bắn không kể gì

16.

đánh nhau "một mất một còn"

bỏ lòng trắc ẩn lương tâm ở nhà

thắng thua từng mỗi trận qua

lòng như bãi trống tha ma không mồ

17.

bước trên "tấc đất tấc vàng"

lòng buồn rười rượi hoang mang bất ngờ

một bên tiêu thổ đào hào

một bên càn đạp nướng khô ruộng vườn

18.

xác người "sinh bắc tử nam"

phơi trên dây thép dụ đàn ruồi bu

nhìn không ra được hận thù

cảm thương thân phận ngậm ngùi ngó lơ

19.

cái "nhành dương liễu" khô queo

đi cùng "anh dũng" dễ teo xác người

"rách áo nhẹ" thật là vui

"đi phép dài hạn" chẳng người nào hay

20.

nếu không tai bèo, dép râu

 giày *saut* nón sắt - giống nhau khó tìm

bởi trên còn đúng trái tim

và dưới cũng có con chim nòi tình

Xem như người yêu

gởi một nữ sinh xóm giữa thôn Ngọc Điền Quảng Ngãi

chưa biết tên em, lâu lâu vẫn nhớ
đôi mắt lung linh nhịp sóng vơi đầy
hương ẩn nơi đâu mắt nhìn không thấy
chẳng dạ lý hương, mật ở ngàn mây ?

ta từ vườn đêm bước vào bỡ ngỡ
bố trí quân xong mới thăm hỏi dân tình
bởi ỷ lại xóm em nằm sát nách
bộ chỉ huy ông trung tướng của mình

qua chuyện gẫu biết em học trường nữ
đệ nhị đang là lớp học của em
học đệ nhị nghĩa là em khá lớn
ta khen thầm, hèn chi em rất xinh

LUÂN HOÁN

em cởi mở khi thấy ta giản dị

giữa đoan trang không xa cách lạnh lùng

ta kín đáo giấu bàn tay đeo nhẫn

vô thức vô duyên vô cả thủy chung

ta tình thiệt không ý đồ chi cả

chỉ bỗng dưng hơi thấy mất tự nhiên

trước mỗi người hoa ta thường lịch thiệp

giúp họ thong dong với cả uy quyền

đêm hôm đó ta ngồi chơi một chặp

uống hương em thay men rượu hương trà

với ý định tạo nhiều ấn tượng tốt

ta ra vườn nằm với gió bao la

ngỡ mai sớm được gặp em vay nợ

thật bất ngờ đã nhận lệnh *zulu*

sương mỏng mảnh che cửa em hờ hững

bù rầy bay đôi cánh nặng vù vù

ta đi miết đi hoài không ghé lại

đôi mắt đen thỉnh thoảng ánh trong lòng

nhớ em khoe mê làm thơ ghê lắm

bẽn lẽn chưa cho ta đọc vài dòng

em chưa biết ta cũng thằng ghiền chữ

thơ tự do dồn đầy ứ *bidon*

thứ vô hình nằm chung cùng chất lỏng

đôi khi dìu ta trả nợ núi sông

rượu và thơ có dung hòa nhau được ?

biết đâu ta thiếu cốt cách chân tài

em cho phép trộn em vào luôn nhé

biết chừng đâu đời có cái lai rai

chưa là tình nhân có được chăng tri kỷ

vượt cả Thúy Kiều, Từ Hải khá xa

nếu đọc được lòng ta qua luống chữ

ta không tin em cho là ba hoa

Tuất

như một tưởng niệm

ta có lỗi gì cùng cô Tuất ?

vang danh du kích xóm Tư Hiền

"súng đạn vô tình không có mắt"

khi cô tha thiết đứng tuyên truyền

đêm đó không trăng, tối tháng năm

ngày sinh ai đó sắp tới gần

cô đi đánh bóng giùm tên tuổi

đổ máu có vì nợ núi sông ?

cô chết ra sao ta không rõ

lính về báo cáo nhiệm vụ xong

tình báo tiếp theo sau mấy bữa

đương nhiên ta đã rất yên lòng

rồi cũng đến ngày ta qua chỗ

bát hương nằm cạnh gốc cây rơm

lính nhắc sơ qua lần phục kích

lắng nghe ra gió thổi trong lòng

Chờ giờ hưu chiến

lòng náo nức chờ đến giờ hưu chiến

dựa ba lô nghe gió thở xôn xao

mai tết đến, mà xuân chưa thấy bóng

rừng bao la u uẩn cũng đang chờ

nới dây giày cho bàn chân hít thở

mắt đảo quanh đồng đội phục ơ hờ

thương cánh rừng mang phương danh Lâm Lộc

vào xế trưa nắng thắp những ngọn thơ

lười tìm bút nhẩm suông không chép lại

nguồn suy tư trời đất mở trong ta

đã chán viết những dòng thơ khẩu khí

che nỗi buồn thương nhớ vỡ bao la

chợt ao ước phải chi em có mặt

ngay tức thì, ta sẽ trải *poncho*

đánh một trận thật tơi bời hoa lá

cho xung quanh vạn vật cùng hoan hô

LUÂN HOÁN

tiếng hạnh phúc reo vui như thác đổ

đời bình yên trong những phút bất ngờ

mọi vĩ đại khởi từ niềm vui nhỏ

được bắt đầu từ một ý vu vơ

mơ dung tục làm bần thần bức rức

ngó mông lung cây lá vẫn vô tư

chợt đứng dậy, bỗng nhiên tràng đạn xoáy

phản xạ tự nhiên đầu cúi gập người

dòng A.K ngược chiều như xé thịt

đám lá rừng vô cớ bị hất tung

giọng văng tục của vài ba thằng lính

vang thản nhiên rất đỗi lạnh lùng

giờ hưu chiến mới bắt đầu mười phút

cò súng ai, quyết bóp để mua vui ?

trò lật lọng vốn quen nghề của địch

phục vụ ngoại bang chỉ thích giết người

NGAO DU CÙNG VŨ KHÍ   153

Vật trang sức

thường khoe ở chỗ thắt lưng

khẩu súng thô kệch vẫn chưng ỡm ờ

không lủng lẳng mà cứng đơ

lâu lâu phải ướm tay sờ kiểm tra

hai vai dắt vài quả na

ngại để trụi lủi giống gà mắc mưa

cái la bàn thật dễ ưa

nằm gọn túi áo rất vừa tầm tay

bản đồ là cái mặt mày

chứng tỏ thằng lính ta đây thẩm quyền

vài cây bút dắt làm duyên

đi, ngồi, bò, chạy - thẳng, xiên bất thường

vật này có hơi cải lương

dành riêng đứa ít khiêm nhường, nhà quê

đó là tu huýt síp lê

lâu lâu tròng cổ mang theo điệu đà

154   LUÂN HOÁN

vật trang sức lính riêng ta

chỉ chừng nấy món đủ hoa lá cành

mạng ta làm được mảnh sành

đính trên cổ miếu hoàng thành hay không ?

ơn đời nợ trả núi sông

tử sinh một cọng lông hồng phất phơ

mai sau chắc chẳng bao giờ

ghét Cao Bá Quát, nghi ngờ Nguyễn Du

bề ngoài không giống thầy tu

bên trong mê kích chiến khu vẫn hiền

không thành Phật, chẳng thành tiên

thành một thằng lính có duyên, ăn tiền !

Giọt lệ sau lưng

mới quá ba giờ chiều một chút
hành quân lục soát tạm thời xong
bắt được hai tên du kích nữ
gian nan làm phai nhạt má hồng

ta chẳng dám nhìn cho rõ mặt
là em, là chị, phải làm sao
thả người không khó mà không dễ
trắc ẩn trong lòng rối đắn đo

chẳng thể hạ đòn lên phái đẹp
"cho dù chỉ với một cành hoa"
lẽ nào nương tay người bắn giết
anh em đồng đội của phe ta

cam phận cả hai luôn cúi mặt
vụng về bẽn lẽn dáng mày hoa
tinh hoa nhi nữ còn nguyên vẹn
ta giấu vô tình tiếng thở ra

đã quấy vài lần, thêm lần nữa

ngại chi ưu ái với đàn bà

có lệnh chuyển quân ta bảo nhỏ

gắng về chăm đàn vịt đàn gà

bốn mắt ngỡ ngàng cùng ngước ngó

căm thù chi đó chợt trôi qua ?

ta quay gót bước chừng như thấy

giọt lệ ngạc nhiên ứa nhạt nhòa

Báo "Chiến Sĩ Cộng Hòa"

cắm trại chờ đi tiếp viện xa
tiền phương trống rỗng gió bao la
cùn chân rảo bước quanh doanh trại
nhìn ngó nơi đâu cũng nhớ nhà

gặp mặt anh binh nhì nghỉ đau
ngồi ngoài hầm cát ngó đâu đâu
trên tay đang nắm một tờ báo
Chiến Sĩ Cộng Hòa đã hơi nhàu

tờ báo như người tình quân nhân
như cô em gái đẹp tuyệt trần
ta đây không lạ chi mặt mũi
nhưng biết mà chưa có dịp gần

mỗi dịp ai cho, đọc một hơi
những bài thơ lính gởi cho đời
liếc sơ thông cáo, tin chiến sự
làm bộ ta đây biết cả rồi

LUÂN HOÁN

đọc thú vô cùng thơ Tường Linh

tình quê trong chữ cứ rập rình

sẵn sàng đột kích vào hồn vía

người lính xa nhà những ngọn tình

thơ diễm tình thơm Hà Huyền Chi

nghe đâu mũ đỏ này rất chì

yêu em ngang ngửa tình sông núi

lệ, đá còn rơi nữa huống gì ! (1)

và những Cao Tiêu, Phan Minh Hồng

Hữu Phương, Diên Nghị... những nhành bông

tỏa hương đến khắp quân binh chủng

em gái hậu phương cũng mát lòng

ta chẳng thử duyên một lần nào

bởi vì tự biết cái hơi thơ

của mình phảng phất hơi phản chiến

tình cảm rằng thì rất tào lao

gió sáng hôm nay thật dịu dàng

quân xa chưa lại lòng man man

mượn tờ báo ngó đề bài viết

chuyện chờ tiếp viện chợt nhẹ nhàng

(1): Lệ Đá tên một bài thơ của HHC,
  nhạc sĩ Trần Trịnh phổ nhạc

LUÂN HOÁN

Thư xuân em hậu phương

một xấp *pelure* mong manh
tờ hồng tờ trắng tờ xanh dính chùm
nét chữ nhỏ nhỏ ngại ngùng
run run khép nép ngập ngừng theo nhau

dòng trước dắt díu dòng sau
hương tay ươm xuống từng câu chân tình
lá thư tôi chọn cho mình
lung linh lấp lánh ảnh hình thân quen

em là cô bé mắt đen
môi thơm ôm những chiếc răng ngọc ngà
cho em mặc sức cắn ta
càng sướt nhiều vết thiết tha càng nồng

em là cô bé má hồng
có hai cái lúm chờ trồng thi ca
ta mơ màng được lân la
tỉa lén từng nụ tình ca bốn mùa

em là cô bé thích mưa

mùi hương mít ướt sáng trưa thơm lừng

không cần dây buộc vào chân

ta bước không khỏi chéo sân quê tình

em là cô bé thông minh

cánh tay áp sát thân hình lưng ong

ta đi không biết mấy vòng

để rồi quị gối vào lòng bao dung

cầm thư, mơ ước tứ tung

đọc chưa hết chữ "anh... hùng kính yêu"

đã nghe lòng dạ phiêu phiêu

ngỡ mình quả thật đáng yêu vô cùng

thư em từng chữ bọc nhung

từng câu bọc lụa khiêm cung thật thà

ta là "lính trận miền xa" (1)

nhưng hồn đang quẩn hiên nhà của em

LUÂN HOÁN

chỉ nhìn không dám đọc tên

đã vang từng tiếng nhịp tim nồng nàn

đêm nay chắc được mơ màng

ngay trong phiên gác rừng hoang sao trời

tên em thật, giả cũng vui

tình em giả, thật cũng bùi ngùi thương

tạ tình em gái hậu phương

cho ta vài phút chợt thương chính mình

(1) đề một ca khúc của Ngân Giang

Trên đường nhập viện

không nằm trong xe tải thương

chùm hum sau cái *jeep* lùn nhà binh

non mười cây số gập ghềnh

ngỡ trong lòng võng bồng bềnh năm xưa

lờ mờ nhìn ánh sao thưa

thoáng nghe ngọn mía vẫy đưa rì rào

xe đang chạy qua đoạn nào

đến cống ông Bố? đã vào phố xong ?

đoạn đường dù đã thuộc lòng

chập chờn khó đoán thẳng cong rõ ràng

xe chạy nhanh, nhồi, mê man

thấy mình đang rớt xuống hang mịt mù

thân chao như lá mùa thu

chạm vào vách đá âm u lạnh lùng

hai tai nhốt gió lùng bùng

cõi nào hình nộm tứ tung đứng nhìn

LUÂN HOÁN

lửng lơ đóm lửa lung linh

hơi gì sau gáy rùng mình liên miên

đang khi chân bước xuống thuyền

bất ngờ té sấp thốt nhiên giật mình

ồ ra vẫn chưa hy sinh

nếu đi luôn chắc đã yên mả mồ

chết đâu dễ sợ chi mô

mai mốt chết cũng không sao, sẵn sàng

29 ngày tái khám

cầm tờ giấy xuất viện
phơi phới niềm yêu đời
hăm chín ngày, tái khám
mắt đọc lòng mỉm cười

ít ra gần trọn tháng
không sợ chết mỗi ngày
không lo sẽ mục kích
nhiều dáng kiểu phơi thây

sẽ không thấy chạng vạng
ngay giữa nắng bình minh
trong hoàng hôn vẫn gặp
sớm mai vừa mới tinh

không làm gì đáng kể
ngoài mỗi ngày hôn em
thỉnh thoảng ngồi hầu chuyện
nhìn cha già lim dim

một ngày hăm bốn tiếng

bình thản qua nhẹ nhàng

không cần ngồi mơ mộng

đời vẫn giàu hân hoan

Suy tư lẩm cẩm

đôi khi quá buồn ngồi chửi đổng
cuộc đời cuộc chiến lẫn cuộc chơi
bằng đôi ba chữ thường cộc lốc
ác mồm, thô tục và... rất người

đã tự chọn về nơi bắn giết
thân than, phận trách nghĩa là sao ?
hung hăng ? không phải, làm bổn phận
suy ngẫm tầm phào, giận tào lao

chẳng có nơi nào là đất chết
bốn vùng chiến thuật chẳng nơi đâu
chính nghĩa không chơi thằng chủ nghĩa
ngày nào mà chẳng có thịt nhau

đã không hèn nhát sao văng tục
xỏ xiên bi thảm hóa cuộc cờ
chiến tranh đương nhiên nhiều nghiệt ngã
chuyện cổ tích này lạ lắm sao

LUÂN HOÁN

chửi vẫn hận vơ rồi hụt hẫng

đã buồn còn thấy xót xa hơn

không hiểu làm sao toàn co cụm

không bung ra Bắc đánh phủ đòn ?

nghi ngờ thiện chí đồng minh lớn

mở ra vùng oanh kích tự do

thử súng đạn chơi không cần bán

chỉ cần bợ nhẹ ít thơm tho

thủ lợi đương nhiên cần phải có

hà cớ chi ta luận hồ đồ

thà cứ chửi khan cho lấp bớt

nỗi buồn nhược tiểu thoáng nao nao

Trên lưng mây núi

tưởng mình Quan Nguyên Soái (1)

đang đứng trên tảng mây

che tay nhìn bốn hướng

mắt nhướng, nhíu lông mày

trời như cái vung úp

nhốt mây đậu, mây bay

trắng, xám, vàng lẫn lộn

chỗ mỏng gối chỗ dày

mãi nhìn hơi hoa mắt

mây biến hóa vạn hình

từ chim chuyển qua cá

nụ hoa, khuôn mặt em

tuyệt nhiên mây không tượng

khẩu súng ta cầm tay

cái ba lô, lựu đạn

ta chung sống mỗi ngày

LUÂN HOÁN

quên phứt chuyện xuống núi

khai hỏa cùng xung phong

bắn loạn và đốt phá

cứ như là vô tâm

lòng nghe thanh thản quá

xòe tay bốc nắm mây

thân thể vô trọng lượng

đang cùng theo mây bay

(1) Quan Vũ còn gọi Quan Công cuối nhà Đông Hán thời Tam Quốc

Những khoảnh trống

sương mù vừa mới phủ

chừ đã rạng mặt trời

vươn vai cho tỉnh ngủ

nắng trưa tràn lan đồi

mây chưa kịp đổi dạng

hoàng hôn xế rừng già

lẻ tẻ vài tiếng đạn

đêm trải mình bao la

vượt qua phút thứ nhất

mất hút phút thứ hai

từng phút không ý niệm

chính xác độ ngắn dài

một giờ qua yên tĩnh

một ngày qua bình an

ngó trời không nghĩ ngợi

nhìn đất không than van

ngắm mình chăm chú nhất

thấy móng tay đã dài

áo quần dính bụi đất

tóc phủ ngập mép tai

một cảm giác ngứa ngứa

chạy dài theo sống lưng

một cái gì nhừa nhựa

tinh nghịch nhột đũng quần

tưởng ngồi không dễ nhớ

dễ ngậm ngùi buồn buồn

thật ra rất bình thản

không nghĩ chuyện yêu thương

cắc cớ có viên đạn

bắn sẻ chính xác nào

hoặc vu vơ bay lạc

gục xuống, đẹp như thơ

Làm dáng

ăn tiền nhờ mái tóc

nón đè xẹp mất tiêu

chỉ tại đội nón sắt

mất hết vẻ mỹ miều

không tầm cỡ võ tướng

như Từ Hải của Kiều

ta rất ư Kim Trọng

có hơn chút dám liều

đi hành quân không hẳn

là trúng đạn liền liền

dính đạn cũng chưa chắc

trúng cái đầu hồn nhiên

"trời kêu ai nấy dạ"

riêng ta chắc chỉ ừ

nên chắc ông trời ngán

không thèm gọi thằng hư

thôi thì thay mũ sắt

bằng nón vải nghiêng nghiêng

nhẹ đầu tóc không xẹp

lại ra vẻ thẩm quyền

băng vườn thật phơi phới

rúc núi nhẹ như không

gặp hứng giở nón xuống

gió bay tóc bềnh bồng

tàn cuộc ngang về chợ

hay qua một cánh đồng

bao nhiêu em nghiêng nón

thầm khen mình anh hùng ?

lòng đìu hiu sung sướng

đúng anh chàng giữ bò (1)

dù chỉ *cowboy* dỏm

làm dáng hơn giả đò

lính bộ binh thường được ví như trâu bò

Bè bạn đồng hành

1.

bản đồ được bọc nilon

xếp thành cuốn sách gọn-bâng nhẹ nhàng

nhét túi áo giáp huênh hoang

làm bia cho đám quân gian thịt mình

thất vía đâm ra thông minh

điều động xuống túi nghiêng nghiêng bên đùi

lời đầu một chút trêu ngươi

cuộc đời bụi bặm tới lui vô chừng

riêng ta, bản đồ hành quân

còn vài tiện lợi, nói chung tuyệt vời

khi thơ chợt hứng ghé chơi

thiếu giấy, có chỗ vẽ vời cho xong

nét bút mở như thân rồng

nằm phơi trên mặt nilon vật vờ

nhiều khi góp đủ bài thơ

nhiều khi mờ nhạt thần thờ chùi đi

LUÂN HOÁN

2.

ta thuộc loại lính chính qui

làm quan hạt cám, đôi khi hơi gàn

bản đồ cùng cái địa bàn

cả hai thuộc loại bạn vàng, cố tri

giữa khuya thức kéo nhau đi

chạng vạng được lệnh cùng di chuyển liền

bản đồ vừa để làm duyên

vừa chỉ điểm đứng dữ hiền địch, ta

cái hồ lô nhốt sơn hà

nặng mà nhẹ, nhẹ mà nghìn cân

không là loại giấy-tùy-thân

bè bạn luôn cả mợ nần không vay

Ghi tên lên lá rừng

vai áo hồn nhiên níu ngọn cành

cây gì còn chưa rõ quí danh

thân mềm mại gió rung mảnh khảnh

tay nhẹ chạm vào chiếc lá xanh

mặt lá nuột nà trang giấy hoa

cầm trong tay ngỡ vuốt làn da

hương em yêu thoảng thơm lồng ngực

chao động dòng thơ mãi xuýt xoa

đứng sững vài giây không nghĩ gì

rừng im lặng tiếp gót quân đi

không ai phục kích quanh đây cả

lòng rụng vô tình đóa hồ nghi

rút bút đề tên lên lá xanh

lòng bình an thở gió trong lành

tên ta còn có ai chợt đọc

vẩn vơ nắm lá, bứt lìa cành ?

178   LUÂN HOÁN

lá sẽ vàng phai chuyện hiển nhiên

sâu bò nhạt dấu nỗi tình riêng

nắng mưa dần xóa tình sông núi

buông lá, mỉm cười, tin có duyên

Lội núi băng rừng

1.

vóc dáng ta như Tôn Ngộ Không
tóc nhiều lông ít, cũng là lông
quân trang quân dụng luôn gọn nhẹ
thu thiết bảng thành súng dắt hông

ta đi hành quân như thỉnh kinh
qua bao sông núi đẹp hữu tình
đánh vùi khi gặp bầy yêu quái
hóa kiếp thất thường bọn quỉ tinh

rừng núi chập chùng mây tiếp mây
suối khe ẩm ướt lá hoa lay
mòn giày chưa gặp một yêu nữ
trầm hương tắm rửa giữa ban ngày

LUÂN HOÁN

2.

em trốn đâu rồi Bạch Cốt Tinh

bộ xương tu luyện đã thành hình

đủ làm điên đảo Trư Bát Giái

ba hèo thiết bảng được siêu sinh ?

ta đến trước hang Bạch Hổ ngồi

cửa vào động vẫn lá hoa tươi

lắng nghe có tiếng ai sôi bụng

chẳng hiểu làm sao chợt ngậm ngùi

biến hết đâu rồi nhền nhện tinh

bảy em bảy vóc dáng thần linh

thịt da nhạy cảm bừng hương lửa

Tam Tạng hình như cũng giật mình

ngài Đường Huyền Trang đâu sợ yêu
người lo vì nhan sắc diễm kiều
có khi làm lỏng tay lần hạt
kinh bất xướng ngôn hồn phiêu diêu

Thiết Phiến Công nương không có nhà
theo Ngưu Ma nhập cuộc trăng hoa ?
vui chơi lâu quá Bà La Sát
ta đợi mượn nhờ cái quạt ma

quạt của bà là quạt ba tiêu
nữ sĩ Xuân Hương vẽ quá siêu
có hơi méo mó nhưng trung trực
xin quạt khỏi lòng ta quỉ yêu

LUÂN HOÁN

đâu những thỏ tinh, những rết tinh

núi rừng vẫn lồng lộng u minh

về đâu yêu nữ thời xưa cũ

nở để lão tôn đứng một mình !

3.

những chuyến hành quân lên núi xanh

ta mang mơ mộng rất chân thành

làm ba nhân vật đi Tây Trúc

thâu hết mỹ nhân dữ lẫn lành

đánh đấm làm chi tiên với tiên

người với người tự cổ hữu duyên

ai biết ai là chân chính nghĩa

người giết người, tâm dễ yên ?

cứ phải mang thân ra đi lùng
cứ phải xách mạng đi hành quân
tìm nhau không nói lời thân thiết
sừng sỏ đãi nhau tiếng đùng đùng

4.

ta giữ trong lòng thiện chí thôi
mỗi lần đi dặn: mình đi chơi
thỉnh kinh, chọc ghẹo đàn yêu nữ
nhưng trớ trêu thay, chừ khác rồi

kinh chẳng còn kinh, nữ yêu không
trời xanh mây trắng vẫn mênh mông
núi cao rừng rậm còn nguyên dạng
ta chẳng là tiên để phiêu bồng

rút súng cầm tay cho vững tâm
ơi người sinh Bắc chờ tử Nam
ta đang có cái bi đông rượu
có muốn cùng ta nhấm chút không ?

LUÂN HOÁN

Thói quen

bởi thói quen ngủ nằm nghiêng
hoặc nằm úp sấp, hơi phiền chút thôi
vườn hoang mặt ruộng sườn đồi
đôi khi trầy trụa lõm lồi bất minh

trải *poncho* nằm một mình
đầu gối áo giáp gập ghình sống lưng
nón sắt thường được gác chân
đêm sâu gió lạnh nằm không đắp mền

nhiều lần mệt mỏi ngủ quên
nửa khuya dậy tưởng rằng em giận về
cong người trốn cái lạnh tê
mới hay còn chỗ ấm mê trong mình

Rượu thời làm lính

dù ta chẳng là người mê rượu
nhưng nhiều khi cũng thích khề khà
cùng bè bạn toàn là đồng đội
một đám binh nhì vui tính, ba hoa

rượu thường trực toàn là rượu trắng
trong bình đông hay cái cà mèng
uống bất tử mỗi khi rãnh rỗi
ở hậu phương trăng thắp thay đèn

hớp một hớp chua chua đắng đắng
tu một hơi ngọt ngọt cay cay
từ lạnh lạnh chuyển sang nóng nóng
lạt miệng mồm chợt thấy ấm ngay

ngụm thứ nhất mở đường trơn cổ
ngụm thứ hai khoan xuống từ từ
nỗi sảng khoái như bàn tay vỗ
những nỗi niềm thức ngủ riêng tư

LUÂN HOÁN

ta uống rượu quả không sành điệu
như thánh hiền Tàu, Việt xa xưa
cũng chẳng giống những anh bợm nhậu
và đương nhiên cũng chẳng giống ai

có nhiều lúc uống cho có uống
với bạn bè tạo thế chịu chơi
có nhiều lúc vì đầu trống rỗng
lòng thênh thang những nỗi bồi hồi

rượu quả thật là người bạn quí
tuy không thân nhưng rất dễ gần
cảm ơn rượu cho ta cảm giác
rất thương yêu đời lính phong trần

Ngã bệnh

từ sườn đồi thoai thoải
lao vút xuống cánh đồng
không nghe nhịp lồng ngực
thoáng thấy thân bềnh bồng

phản xạ từ vô thức
lỡ trớn vấp xác nằm
chính mình thấy lảo đảo
như ai đâm thủng lòng

người nằm không còn thở
đâu đủ giờ đào chôn
lệnh tiến quân cấp bách
bước đi như mất hồn

ba ngày sau quay lại
đồng trống xác vẫn còn
không dám lại gần ngó
vội lên đồi bồn chồn

LUÂN HOÁN

xác người nằm phơi đó

hồn có đợi thân nhân

nơi đâu là quê quán

vĩnh viễn không mộ phần

ba lần quay ngó lại

chẳng thấy ra quân thù

người chết ta không giết

ám ảnh buồn không nguôi

quả thật lòng xấu hổ

không vùi nông được người

lệnh rút ngay hay chết

đành bất lực buông xuôi

khi đã về tới trại

lên cơn sốt thình lình

rượu uống không thuyên giảm

co trên võng làm thinh

Cũng chỉ vậy

tiếc nhớ Trần Mỹ Lộc, một trong những bạn
hy sinh sớm nhất của khóa 24 SQTBTĐ

tuổi mày đáng em út

nhưng là bạn của tao

con vợ mày mới cưới

là em bạn thân tao

chúng ta cùng một khóa

về cùng một tiểu đoàn

phục vụ cùng đại đội

thằng nào cũng ưa nhàn

ra mắt đời binh nghiệp

cuộc hành quân nhẹ nhàng

trưa cùng ngày thứ nhất

gặp tao, mày lạc quan:

"tưởng hành quân ghê lắm

cũng chỉ vậy, dễ òm !"

cũng chỉ vậy, nhưng bỗng

đang sống mày : "chuyển sang..."

lúc ấy vừa chạng vạng

chạm súng chừng nửa giờ

không phải đạn mã tử

mày đi nhẹ hơn thơ

ôm mày trong vài phút

tiễn mày lên trực thăng

tao nuốt gì không biết

lòng mặn ướt vết hằn

ba ngày sau tao viết

bài thơ thay quan tài

câu dài nối câu ngắn

oằn nặng lòng bi ai

bây giờ hơn một tháng

mày vĩnh viễn đi xa

thịt da bắt đầu rữa

làm phân bón sơn hà

nhớ mày tao lại viết

mươi câu làm hương hoa

tính tao mày dư biết

cái ruột để ngoài da

LUÂN HOÁN

Lộc ơi, mày quá ngốc

được chuyển qua không-quân

sao dở hơi trở chứng

hay sợ lạnh cặp chân ?

mày một hai ba bốn

chọn bộ binh cùng tao

tao cũng thằng lập dị

lơ những nơi đáng vào

bây giờ nói gì nữa

mày trả xong nợ rồi

món nợ của tổ quốc

vay khi chưa ra đời

"cũng chỉ vậy" chỉ vậy

Lộc ơi, ơi Lộc ơi

phải chi khi vuốt mặt

tao khóc cho hả hơi

Đừng để đất trời mang vết thương

núi lạ rừng xa lòng nao nao

đoàn xe lầm lũi lên đồi cao

đưa tay giở nón phơi đầu tóc

từng sợi thở theo luồng gió vào

lau sậy bên đường uốn thân theo

ta hơi chao đảo lúc qua đèo

mây cao mây thấp luồn trong lá

trời thật bình yên, nắng trong veo

chẳng nghĩ chuyện gì sẽ xảy ra

đảo tầm mắt kiếm những bông hoa

của thời thơ ấu trên Tiên Phước

chợt nở thầm trong ký ức nhòa

thấy bóng chim chuyền rung lá cành

thong dong linh hoạt chú hoàng anh

nghiêng mình ngó thấy anh chèo bẻo

vội vã bay như gặp bất lành

LUÂN HOÁN

rừng núi nghìn đời của quê hương

đâu đâu cũng lộng lẫy dễ thương

bạn đang cầm súng xin bình tĩnh

đừng để đất trời mang vết thương

Eo Gió nằm trong hơi núi xanh

còn bao lâu nữa tới Nghĩa Hành ?

tưởng như sắp đến Lăng Cô cũ

ngọn Hải Vân xanh Eo Gió xanh

giá chết bất ngờ nơi đèo này

tuy không ao ước bấy lâu nay

vẫn là hạnh phúc nằm trên núi

đêm ngó trăng sao ngày ngắm mây

Tâm nguyện

cuối tuần thường hành quân

chủ yếu để lục soát

giữ vòng đai an toàn

cho đàn anh... hội họp

nghe nói có sâm banh

nhảy đầm chơi xả láng

tá tướng của rừng xanh

giải trí đâu quá đáng

lính thủ phận cười cười

ôm súng nằm bờ bụi

nhiều khi cũng rất vui

bên mình có trời đất

được thấy và được nghe

nhiều khi được chơi nữa

(chơi, thuần túy à nghen

bắn chim hay nhóm lửa...)

LUÂN HOÁN

khi điều xuống Ba La

khi tống lên Núi Dẹp

khi Thạch Trụ, Đức Hòa

nơi nào cũng rất đẹp

nếu không được hành quân

cơ hội nào ta biết

Ba Gia hay Trà Bồng

Bình Sơn cùng Đức Phổ

dưới mỗi bước chân ta

miên man lời cỏ hát

ta thở vào bao la

nguồn hơi thành âm nhạc

Ba Tơ lững thững qua

Minh Long tà tà tới

mục tiêu nào cũng là

đất tổ tiên để lại

được ngắm rõ quê hương

mới biết mình giàu có

với triệu thứ để thương

với triệu điều để nhớ

gắng giữ đời hành quân

của mình đừng quá ngắn

đi đó đây lung tung

chỉ mong không cần bắn

LUÂN HOÁN

Ngày nghỉ thiếu bạn

bữa trưa Bắc Sơn bữa chiều Bắc Hải
một ngày rảnh rỗi chỉ lo ăn
Bắc Hải cơm sườn mòn cuống họng
Bắc Sơn thịt nướng bụng đã quen

đời lính chiến, tự tìm cái thú
khỏi rầu thúi ruột chết như chơi
đánh xong một trận còn đầy đủ
phụ tùng thân thể là vui rồi

đôi khi không đánh, về, thiếu bạn
chầu rìa Tám Hú nghĩ vu vơ
em ngồi trong lớp đang làm toán
hay núp cùng ai say làm thơ ?

cà phê mấy cữ, không tăm dạng
chiếc áo nào bay cho dễ thương
không cần quen biết, bồ hay bạn
chỉ mong thành phố có mùi hương

Tám Hú chán rồi, tìm xe ngựa

thuê bao một chuyến giang hồ chơi

lộ trình vẫn những con đường cũ

thư thả làm thay mặt cuộc đời

đi đâu cũng về ngang Lệ Ảnh

vì gần phòng trọ, chỉ thế thôi

chị em Sáo, Sẻ đều có chủ

cũng liếc cầu may có nụ cười

một ngày bỏ trại vô duyên thật

chuyện nhảm vài câu với chủ nhà

"đéo bà" lão dán ngay trên miệng

được dịp liên miên xổ cả ra

chữ Tàu học lóm chơi vài chữ

chẳng "tố-chè" không "tuy-hủi-xì"

đi luôn một mạch ra nhà xí

đứng rung giọt thánh cười mỉm chi

LUÂN HOÁN

ngang cửa Minh Đường thấy phòng khóa (1)

thì thôi thư thả mở phòng ta

quăng mình xuống ghế nhà binh thở

tâm không viễn mộng hồn không ma

trưởng đảo Lý Sơn đã về đảo (2) ?

tay vẽ tài hoa lặn đâu ta (3) ?

giận mình quên hẹn em yêu dấu

ghé chơi một trận xáp lá cà

1. *Minh Đường nhân viên đài phát thanh Quảng Ngãi*

2. *nhà văn Vương Thanh Trần Hữu Huy, trưởng đảo Lý Sơn*

3. *họa sĩ Nghiêu Đề, hai bạn thuê chung phòng với LH*

Chặng cuối một cuộc hành quân

rút quân vừa khỏi sườn đồi
gặp ngay vạt ruộng đang hồi lúa non
mươi cô con gái nông thôn
xăn quần quá gối đùi thon trắng ngần

tiếng cười lính ghẹo lông bông:
giũ chiếu xong nhớ gắng nằm chờ nghe
khỏi cần cơm trắng nước chè
hạ thấp tấm liếp sau hè trước đi

mười ngày chẳng đụng độ chi
anh về không có chuyện gì kể đâu
nhưng sẽ thức suốt đêm thâu
hà hơi cho vết nhớ sâu chóng lành

LUÂN HOÁN

mươi cô gái giữa lúa xanh

nghiêng qua trở lại tròng trành mắt nheo

tiếng cười thanh thoát trong veo

bỗng nhiên tôi thấy mình nghèo hồn nhiên

mười lần cả chục y nguyên

lính gặp phái yếu huyên thuyên yêu đời

tử thần tạm lánh một nơi

dù đồ tham trận chưa rời khỏi tay

đang nghiêm làm một ông thầy

vài phút chợt thấy mình lây ba trời

thật ra chỉ làm bộ thôi

tôi cũng liếc ngó cả mười cô em

Chim mía Ngã Năm

ở một đầu cuối đường Võ Tánh
có chỗ gọi là cái Ngã Năm
ta từng lui tới tìm hơi ấm
lòng trải chưa thơm kín chỗ nằm

vào sâu chút nữa là rừng mía
mênh mông bình lặng một màu xanh
thân tròn nâu thẫm ngang người đứng
đầu đội cả ngày gió loanh quanh

nơi đây có loại chim mía nhỏ
chắc cùng giòng họ với chim gi
riêng ta lầm tưởng là chim sắt
từng nuôi khi chưa kịp dậy thì

chim mía nơi này hình như ít
chẳng mấy khi vui bay cả đàn
có thể con người ôm súng đạn
làm kinh động đến góc giang san

204   LUÂN HOÁN

còn mía nghĩa là còn đất sống

cho dù nơm nớp cũng chưa sao

bốn mùa tứ khoái còn nguyên vẹn

thỉnh thoảng nghiêng vai liếc trời cao

nhưng bỗng một hôm trong ngày tết

chuyện gì không biết, đạn như mưa

người lôi thị dân về đây giết

rồi cũng phơi thây thúc thủ thua

rừng mía xác xơ chim tán loạn

Ngã Năm Quảng Ngãi buồn càng buồn

lại ghé thăm người chưa biết mặt

chợt thấy mình như mới bị thương

Chờ Chúa ở tiền đồn

"con quì lạy Chúa trên trời ..."(1)
ngồi không ta hát khơi khơi một mình
còn ba ngày nữa Giáng Sinh
còn ba ngày nữa giữ mình được không ?

chừ chưa có lệnh hành quân
chắc chi khỏi phải đi lùng ngày mai ?

năm nào mà chẳng lai rai
đội mũ mang súng ra oai ruộng vườn
dẫm chân lên những bờ mương
bùn non còn giữ mùi hương xóm làng

quanh co ngõ vắng điêu tàn
lưa thưa xanh nhúm cỏ hoang hiền lành
trắng non mây đọng trời xanh
không gian bát ngát chung quanh an bình

LUÂN HOÁN

nắng mùa đông mỏng lung linh

cơn mưa đột kích thình lình không hay

hôm nay sống, biết hôm nay

dựa lưng bao cát miệng say nhạc tình

"Đêm đông lạnh lẽo Chúa sinh..."(2)

hồn miên man giữa u minh nhạt nhòa

đây rồi chóp nóc con gà

nhà thờ một thuở ló ra ẩn vào

ngắm em yểu điệu thanh cao

áo dài và dải băng đô ngang đầu

nửa thân chiếc áo len màu

ôm đôi ngực biếc lắng sâu nhịp tình

nhón chân tha thiết ta nhìn

nghe trái tim đập thình thình trong ta

đêm dịu dàng đẹp mượt mà

sao trong máu thịt tinh ma bất ngờ ...

viên đạn nào nổ vu vơ

như thúc cùi chỏ, chợt ngơ ngác buồn

đồi hoang lạnh, không tiếng chuông

môi chừng hững khép, giọng rung vội ngừng

còn ba ngày, em tháp tùng

Chúa về với lính trên rừng này không

tiền đồn ngồi bó gối mong

nhớ em nhớ Chúa xót lòng nghêu ngao

1.nhạc Phạm Duy, (2) nhạc Hải Linh

Thư gởi đồng đội cũ

tặng Châu Văn Tùng

từ ngày mày chuyển sư đoàn

cái lon chuẩn úy tao càng đen thêm

đi về hình dạng chênh vênh

chúi trên mặt đất lem nhem bóng người

chuyện hành quân, chừng nấy thôi

lương khô cấp đạn đè người tao cong

cây súng có đạn trên nòng

đụng năm bảy trận đạn nằm y nguyên

mày đừng vội chê tao hiền

áp dụng chưa tốt cái quyền chỉ huy

lính trận là phải biết lì

sớm thành danh một tay chì hành quân

nói thật để cho mày mừng

tao không đến nỗi lừng khừng ngây ngô

vẫn hàng ngang dưới chiến hào

không bắn vì chỉ tại tao hay nhìn

cạnh tao một gã truyền tin

một thằng hộ vệ rất tinh chiến trường

tao chưa bắn cũng bình thường

không phải gà nuốt dây thun đâu mày

giọng tao sắt lạnh một cây

hô xung phong búng mình bay lên liền

vẫn chiếm mục tiêu liên miên

tao chưa bắn mất một viên đạn nào

từ ngày *carbine* nốc ao

đại bàng cho phép tao xài súng *colt* (1)

cầm chơi cho có vẻ ngon

tài chỉ huy cũng ra hồn tí ti

mày chừ cũng vậy chớ gì ?

bốn mùa lội nát xuân thì giống nhau

thiếu mày tao đã nuôi râu

để khi nhớ bạn bè ngồi sờ chơi

bao la một cõi đất trời

mãi thi nhau bắn giết người hay sao ?

biết mày tính cũng giống tao

khoái bắn súng nước tào lao thẳng nòng

cái chi ta cũng lòng thòng

nhớ mày vung vải mấy dòng giỡn chơi

mày làm chi đó, nếu vui

lên Đường Rầy nhớ làm bù phần tao

(1): colt 45 từng xử dụng mang số 2072180

Ống dòm

không được trang bị ống nhòm
nhưng ta vốn khoái ngó dòm nên chi
tìm mua một cái cũ xì
giao cho lính giữ mang đi theo mình

khi hữu sự, lúc buồn tình
đem ra nhìn ngắm linh tinh đã ghiền
những mục tiêu thường bình yên
ruộng vườn chòm xóm hồn nhiên vô cùng

nhìn từng li cõi mông lung
cũng không thấy lũ vi trùng A.K
lâu ngày quen tật bỏ qua
chỉ dùng để ngắm nhẩn nha núi đồi

thời xưa, núi: cõi tiên chơi
suối khe, mỹ nữ tắm phơi ngọc ngà
ta chờ hy vọng nở hoa
mỗi lần đổ bộ núi xa đồi gần

LUÂN HOÁN

ông trời phạt kẻ dã tâm

dòm hoài chẳng thấy phù vân nơi nào

đến ngay mấy ả miền cao

cũng không thèm tắm thanh tao cổ truyền

nhìn hoài những lọn mây nghiêng

mình phơi trên đá nắng viền cũng vui

thỉnh thoảng nghe trái bùi ngùi

rụng trong hồn giọt nhạc từ thanh thiên

Nấm mồ

bao nhiêu viên xuyên phá
trong tép đạn nhỏ này ?
có cần phải thưởng thức
xác người không toàn thây ?

chỉ một lỗ chỗ hiểm
đủ tiêu một mạng người
sao không cho thượng đế
nhìn lại tác phẩm Người

nhân loại tiến vượt bực
trong kỹ thuật giết người
thù hận không dành chỗ
cho trắc ẩn ngậm ngùi

LUÂN HOÁN

tôi từng bị mục kích

nhiều thi thể bất ngờ

không thể không thấy trước

xác tôi một ngày nào

buồn dính chùm với sợ

uất hận đời vu vơ

bất lực níu con chữ

cho trước mình nấm mồ

Một lần ngớ ngẩn

với nón sắt cùng giày *saut*
áo giáp, nịt đạn, ba lô... đàng hoàng
không anh hùng cũng hiên ngang
làm người lính trận Việt Nam Cộng Hòa

chưa từng được choàng vòng hoa
vinh thăng giữa trận phong ba chiến trường
lãnh chơi chơi vài vết thương
để về trình diện phố phường qua loa

một lần chống gậy đi qua
hiên em ngồi bán lá hoa thơm lừng
cây gậy cũng biết ngập ngừng
làm ta khựng lại co chân đứng nhìn

ngó ra, em chắc rùng mình
nên chi liếc vội cố tình lẫn vô
ta cũng mau chóng giả vờ
đứng lựa hoa cúc ngóng chờ mắt em

216   LUÂN HOÁN

nhìn thương binh mấy ai thèm

ta trơ giữa khối hoa mềm sắc hương

may nhờ con ruồi dễ thương

đậu trên sống mũi, buồn buồn đuổi bay

và ta có cớ động giày

chống gậy đi tiếp trong ngày thảnh thơi

không bực mà chợt tức cười

tưởng bi hùng đủ cho người dưng thương

em, một cô gái hậu phương

có từng viết gởi chiến trường lá thư ?

thư em hậu phương hình như...

thực tế có khác suy tư ít nhiều

ta đi qua hết buổi chiều

lòng còn nằng nặng bao điều chi đâu...

Quà

cho An, người mang giúp hành trang khi hành quân

trễ phép hai ngày, thằng An vào

mang cho hai con cá phơi khô

một chai rượu nhỏ ngâm thuốc bắc

một gói *pall mall* còn nguyên bao

không ăn được cá thói di truyền

rượu chỉ lai rai đủ làm duyên

thuốc lá có đỡ hơn một chút

nhưng chắc không khi mô được ghiền

quà hậu không là hối lộ đâu

trễ hai ngày phép đáng gì đâu

thằng nào đi phép về không trễ

chuyện rất đương nhiên có từ lâu

kỷ luật nhà binh rất có tình

nhất là ba cái chuyện linh tinh

thăm nhà thăm vợ lâu thêm chút

cũng là truyền thống rất văn minh

LUÂN HOÁN

nói giỡn nhưng mà thiệt đó nghe

lính mình từng nổi tiếng lè phè

nhưng khi đụng trận thì phải biết

điện biên ngày cũ còn chạy re

trả lại cho An món cá khô

thuốc rượu chia nhau lấy thảo nào

hai mươi điếu thuốc ba mươi mạng

có điếu bẻ hai, cũng chả sao

rượu thuốc đồng đều tu một hơi

vị Minh Mạng giả cũng được thôi

nếu không lại phải thông nòng súng

cứ bắn chỉ thiên tội ông trời

cảm ơn An nhé, nhớ lần sau

trễ thêm ngày nữa, để không lâu

ta làm ông bố đỡ đầu trẻ

cho hợp tình ta đang nuôi râu

Nghêu ngao lính hát

gởi Trung sĩ Đặng Ngọc Châu

"người yêu tôi tôi mới quen mà thôi..." (1)

câu hát như được dán trên môi

của chàng trung sĩ trung đội phó

thanh thản hồn nhiên rất yêu đời

hát tới hát lui hát liên miên

chất giọng miền nam thật có duyên

nhiều khi tôi muốn thay vài chữ

và thấy tự nhiên mình cũng ghiền

hồi chưa vào nghề cầm súng chơi

tôi từng bắt chước nghĩ dở hơi

bài ca về lính toàn nhạc sến

giờ đã vui môi hát quá trời

cảm ơn quí vị Trần Thiện Thanh

Minh Kỳ, Duy Khánh viết ngon lành

Lam Phương, Mạnh Phát, Lê Dinh gói

đời lính vào câu hát chân thành

đã biết thèm nghe nhạc Y Vân

và nhiều nhạc sĩ nhúng phong trần

của đời lính chiến vào câu hát

giúp thấy đời thêm đẹp đôi phần

ơi chàng trung sĩ Đặng Ngọc Châu

người yêu của bạn quen đến đâu

cái tay cái má hay là cái

thơ dại hồn nhiên thuở ban đầu

(1): nhạc Trần Thiện Thanh

Nằm nghiêng bên suối

dừng quân bên dòng suối thơ

mây ửng mặt nước trải tờ giấy hoa

đất trời xúm xít bên ta

thành một nhất thể rừng già uy nghiêm

thảnh thơi gió nhớ nhung tìm

cành xanh lá nõn triền miên tâm tình

bình an tảng đá nghiêng mình

vững như bàn thạch cung nghinh ta ngồi

không trung cao rộng mênh mông

lòng ta thoắt đã bềnh bồng lên mây

vội giấu khẩu súng cầm tay

vốc lên ngụm nước mặt mày sáng trưng

ngó sâu vào cõi vô cùng

bóng ta đang cõng hương rừng ngao du

LUÂN HOÁN

Vác gáo dừa

khi rút khỏi Nghĩa Hưng

được chừng nửa cây số

bất ngờ sờ thắc lưng

bản đồ rơi đâu mất

tuy chẳng tiếc ngẩn ngơ

chẳng lo phải báo cáo

kẹp trong đó bài thơ

có ít nhiều nói láo

chưng hửng vài phút sau

bản đồ trong túi áo

nhớ rõ kịp lận lưng

khi làm ông Tào Tháo

lẩn thẩn hay hết hồn

đâm ra thành lạng quạng

dù sao đã bảo tồn

cho em cái tánh mạng

Tiếp quản đất chết Sơn Kim

Khi tiến vào Sơn Kim

mồ hôi ươm chân bước

ngực dồn dập nhịp tim

chờ tiếng chào của đất

làng không một thân cây

cao ngang vai người đứng

cỏ dại tay nắm tay

cùng nhau tha thiết sống

thoảng tiếng đập cánh dơi

gió điềm nhiên giọng rống

bầu trời xanh tuyệt vời

không gian vàng nắng nóng

phảng phất mùi Đại Hàn

trên đầu cây ngọn cỏ

giếng nước gợn vàng vàng

cành ngâm đang rã mục

chưa vào hết mục tiêu

nằm phục chờ rà soát

lựu đạn, mìn thiu thiu

thầm ngủ gục đâu đó

chắc chắn chẳng địch quân

du kích nào hiện diện

tử thi chờ bổ sung

không phân biệt quốc cộng

suốt ngày ngồi một nơi

thần kinh thật căng thẳng

bất động không nghỉ ngơi

cho xong một cái lệnh

lợi dụng phút trầm tư

nhớ em vội cầm bút

không viết nổi dòng thư

vãi câu thơ lấy được

Bi cảnh

thật dối ra sao không biết chắc
lòng nghe nhoi nhói nỗi buồn thương
một vuông ván treo sát phên nứa
bài vị núp sau một bát hương

bà mẹ ngó lên dụi đôi mắt
bàn tay không ẩm giọt lệ nào
nước mắt đã khô hay giả bộ
lòng tôi sao lạ chợt nao nao

trong tình cảnh nào đều cũng tội
tre khóc măng hay giả làm ma
hắt hiu một bóng mẹ cam chịu
trụ đất ông cha giữ nếp nhà

sống đâu rào đó hay lý tưởng
dân nghèo bé miệng thoát đi đâu
giữa hai lằn đạn không hề dễ
biết bám về đâu trốn khổ đau

tôi xót xa buồn từ khuôn mặt

mẹ già phúc hậu của Việt Nam

nếp nhăn năm tháng hằn tủi nhục

làm khuất mờ đi màu da vàng

muốn gởi không gian một chút khói

không đèn hương chỉ có nhện giăng

thổi bay mờ bụi thời gian đóng

lẳng lặng quay chân lòng băn khoăn

Của nợ

lính lục soát nắm đầu ra ba trự
tổ tam tam chuyên bắn sẻ lâu nay ?
ta ngồi ngó vẩn vơ buồn tư lự
nên làm chi với ba cục nợ này ?

súng không có, nhưng đeo dây nịt đạn
cái quần đùi cột lỏng tuột quá lưng
đầu cúi thấp mắt dán lên chân đất
thì ra đây cũng sẽ những anh hùng !

không biết mỗi lần sau khi nhắm bắn
thấy người ngã nhào lòng khoái ra sao
chắc hôm đó được ăn cơm khỏi độn
hộ lý có cho khô ướt xào ?

tấm giấy khen đến khi nào mới có
mấy mạng người để đủ được tuyên dương
gắng phấn đấu chờ ngày thành liệt sĩ
giấc mộng kê có vững bốn chân giường ?

228   LUÂN HOÁN

ta quan sát hơi sỗ sàng cố ý

nhận không ra vẻ thù nghịch dã man

những bàn tay vốn ăn liền với đất

bởi vì đâu có phút chốc bạo tàn ?

lỗi chẳng phải từ nhánh cây bờ đá

đỡ đầu ruồi vững chắc thả đạn đi

cái cò súng nhẹ cân hơn cán cuốc

sức nặng mạng người khó động vô tri

đã hết dại báo thẩm quyền rước khổ

phải dẫn theo, của nợ quá ư phiền

không coi nhẹ những tay nghề du kích

nhưng chuyển mục tiêu, sẽ thả cho yên

quyết định xong, nghe trong lòng thanh thản

gió bên tai cũng loáng thoáng tiếng cười

nhìn của nợ đang lừ đừ diễn kịch

ngậm nghe ra ranh giới giữa hận thù

Khi qua An Mô

khi lội qua An Mô
mở đường về Đức Phụng
nhớ rõ trên bản đồ
những mục tiêu phải đụng

ruộng vườn trống, tan hoang
lỗ chỗ hố bom đạn
đi không mà vai mang
nặng trĩu mấy mươi mạng

mươi lùm cây vô tư
chưa được biết tên tuổi
nhúc nhích khúc khích cười
cú vào đầu nón sắt

ngày mù mưa tháng mười
gió rét chợt đột kích
cổ áo giáp, vốn lười
kéo cao se se lạnh

LUÂN HOÁN

bỗng dưng thằng truyền tin

trao tay ống liên hợp

năm trên năm, thẩm quyền

lệnh vỡ cùng tia chớp

dù mới cưới vợ thôi

con một bầy già đắng

mặt mũi nặng dấu đời

hồn ưu tư trầm lặng

vừa bước vừa ước mơ

một mai về rủ vợ

hợp tác sinh con trai

tiếp tục đời trả nợ

Chưa tới số

trung đội còn chừng ba chục mạng
đến phiên đóng chốt kích giặc đêm
chặn cái yết hầu đường lương thực
vài lần bị nhổ vẫn tênh hênh

điểm kích, lệnh trên nằm cố định
sát lề quốc lộ 1 hẩm hiu
cái hầm bao cát trơ vơ nổi
giữa ruột chiến hào cạn tiêu điều

ngán ngẩm, để đây ba tay súng
còn mang nằm rải xóm mồ côi
mờ mờ sao thắp trời câm lặng
tuyệt nhiên không có lửa ma trơi

chập chờn môi mắt em làm nũng
bỗng tiếng AK vỗ tĩnh người
sau phút điện đàm về núi Dẹp
pháo binh chờ sẵn chụp liên hồi

sáng ra máu vấy trên đường đất

không xác giặc nào còn nằm phơi

ngỡ ngàng hầm cát thành bình địa

tưởng ba thằng con thí mạng cùi

ngờ đâu ba đứa thông minh quá

bỏ ra nằm kích mé ngoài xa

sau khi để ngọn đèn pin thức

he hé chập chờn như bóng ma

không hiểu vì sao ta lại được

lời khen ngẫu hứng của đại bàng

nếu ta nằm đúng theo quân lệnh

đã thuyên chuyển lên tận niết bàn

may rủi hên xui hay số mạng

nghĩ đi nghĩ lại còn bàng hoàng

xưa từng móc thịt vào bẫy chuột

nay thoát chết nhờ chợt nhát gan

Về nhà trọ khu Trùng Khánh

từ Quán Lát dù về Quảng Ngãi
nhiều khi bu ké sau xe lam
làm anh lính trơn coi bộ khỏe
không trang bị chi, nhẹ xác phàm

xe nhỏ khách nhiều cùng thúng gióng
rù rờ bánh chạy giống như lăn
lâu lâu khách xuống lên bất tử
ta cũng xuống lên đã thấy quen

khi qua Núi Bút tự nhiên nhớ
hòn Mu Rùa xanh bóng cây im
ta đã từng ngồi im như tượng
nghe cả hòn Nghiên vang tiếng chim (1)

vừa chạm Mỏ Cày, lành lạnh gáy
lưng khum đầu cúi ngó loanh quanh
xe rú hết ga lao mình trốn
tay bắn sẻ tha, thoát an lành

LUÂN HOÁN

vào đến cổng trường Trần Quốc Tuấn

gắng nhìn thử có Đynh Hoàng Sa

lạ lùng lại nhớ Phan Như Thức

lè phè ôm nặng cái cặp da

tối nay sẽ gặp Lê Văn Nghĩa

rượu đổ ra thau nhậu cánh gà

hay ngấp nghé nhìn Hà Nguyên Thạch

trả bài như thể đệm nhịp ba

Nghiêu Đề diện bích yên một chỗ

ngọn khói *ruby* tỏa tà tà

giật mình khi thấy ta để súng

- đã khóa an toàn chưa đó cha !

mới quá sáu giờ chiều mùa hạ

thành phố bắt đầu bước vào đêm

Vương Thanh lẩm nhẩm câu kinh Phật

ta trấn an mình: mai sớm lên

cứ vậy đêm này rồi đêm khác

khi không cắm trại trăm phần trăm

ta về thanh thản cùng Trùng Khánh

mộng trọn vẹn đêm với má hồng

(1) Mu Rùa, hòn Nghiên, hai tên cùng một địa điểm

Ngắm chim

con chim trốn nắng cành xanh

ta ngồi phục kích long lanh mắt cười

lá thưa nắng dột trên người

hâm dòng máu nhớ lại thời ấu thơ

cái hồi chưa biết ca dao

đã vơ vẩn những ước mơ lạ lùng

muốn bay muốn nhảy tứ tung

y như theo gió mây cùng viễn du

bây chừ mấy lớp xuân thu

đông hè đóng vảy trên người vẫn mơ

chừ đi là rúc bụi bờ

lo lo trong bụng vật vờ không vui

chừ đi ngại phải gặp người

bắn qua bắn lại môi cười được sao

nhìn con chim đậu cành cao

nhìn mây trắng nõn nao nao cúi đầu

Những chuyến "dù" bằng trực thăng

tạ ơn bạn hiền, cố đại uý Huỳnh Bá Dũng, cảm ơn các anh phi công

hành quân bỏ túi cuối tuần

lâu lâu lính được gác chân rửa giày

riêng ta cần rửa mắt mày

nhẹ dù về phố liền tay vội vàng

vào ngay bản doanh sư đoàn

gặp bạn học cũ làm quan điều hành

nhờ xin một chỗ trực thăng

bay về Đà Nẵng lăng nhăng hai ngày

chiều sau đúng hẹn lại bay

trở về nguyên gốc múa may bình thường

ngồi bay tâm trạng khó lường

tùy theo mục đích vui buồn khác nhau

nếu nghĩ chẳng còn bao lâu

mùi hương em thấm vào sâu gân mình

nhịp tim không đập thình thình

như khi chưa biết gặp tinh yêu nào

LUÂN HOÁN

gió mây bay kềm bấy giờ

tùy nghi nà nuột dạt dào, vô duyên

chuyến về bay nhẹ như tiên

chuyến vào nặng nặng những viên sỏi buồn

Lục soát Nghĩa Hành

khi nằm bìa Nghĩa Hành

lương khô ba ngày hết

trời đất rất yên lành

không thấy bóng thần chết

dựa lưng vào ba lô

gã tà lọt vừa để

viết láu mấy câu thơ

bộc trực như lời kể:

anh đang đi hành quân

đến một nơi tuyệt lắm

có rất nhiều người dưng

lưng ong thơm yếm thắm

em yêu, đừng vội ghen

anh là tên nhát gái

giỏi lắm chỉ lăng nhăng

mươi câu thơ vô hại

LUÂN HOÁN

về Nghĩa Hành lính ca

mấy câu vè tinh nghịch (1)

anh nghe để ngoài da

dù cũng hơi thinh thích

mùa này trời mưa dầm

ngày ngắn đêm đến sớm

em yêu hãy yên tâm

gặp anh, đạn biết tránh

đã "rách áo" đôi lần

dễ dầu gì toạc nữa

anh vẫn nguyện trong lòng

được vết xước vừa phải

loại giấy phép quí này

được ký bằng đầu đạn

từ chủ nghĩa bầy nhầy

nếu may không bỏ mạng

ghi chú: (1) "muốn lon lên Thạch Trụ
muốn đ. về Nghĩa Hành"

Vũ khí cá nhân

đi lãnh súng cho tân binh

ghé vội qua chỗ người tình chưa quen

gói trong lòng một ánh trăng

đem vào thay cái ngọn đèn phòng em

em cười, dặn: anh đừng quên

lần sau ghé lại cho em mặt trời

thứ này ta chẳng có đâu

nhưng có cây súng cầm chơi cả ngày

em thử sờ vào chỗ này

thép lạnh một cục khoái tay không nào

súng này sản xuất bên Tây

bên Mỹ chi đó qua đây lâu rồi

ta với nó kết một đôi

vào sinh ra tử có nhau đề huề

không cần cắt máu ăn thề

cùng đi thì phải cùng về núi sông

242   LUÂN HOÁN

hai. không. bảy. hai. một. tám. không (1)

số súng ta dắt bên hông nhớ hoài

quân trường đã dạy hẳn hoi

súng là vợ, đạn con ngoài hôn nhân

vẫn quen, dắt súng lưng quần

(1) số súng 2072180

Ngồi đồng xóm nhỏ

ngồi chơi bên em thợ may
lâu lâu liếc ngó bàn tay dịu dàng
đẩy đưa miếng vải nhẹ nhàng
đường kim mối chỉ thẳng hàng chạy nhanh

hai bàn mười ngón thanh lành
thon thon mun múp chụm thành nụ hoa
hoa nở khi mở ngón ra
một mùi hương lạ thoảng qua mơ hồ

ta kín đáo hít nhẹ vào
lâng lâng thư thái nao nao bồn chồn
ước thầm được cầm lên hôn
chắc mỗi đầu ngón sẽ thơm hơn nhiều

đóng quân từ sáng đến chiều
ngồi yên một chỗ phiêu diêu mấy từng
bên ngoài lính cũng ung dung
chia phiên nhau gác có chừng vậy thôi

LUÂN HOÁN

dễ chi được có ngày ngồi

nhìn em may áo cho người thân quen

kiệm lời vì vụng nói năng

thành như thỏ thẻ gió trăng ngọt ngào

em cười ửng đỏ má đào

dậy thì chín tới khi nào không hay

ta ngồi hết ngó bàn tay

ngó lần lên cổ thấy dây chuyền vàng

cổ cao biểu tượng thanh nhàn

sinh nhầm vùng đất cuốc bàn nong nia

chiến tranh đến dựng mộ bia

trúc xinh đành mọc bên rìa đình thôi

cả ngày ghế ấm hơi rồi

chào em xin giữ nụ cười mắt xanh

Hớp rượu giữa khuya

thương nhớ cố thiếu úy Nguyễn Văn Lập, bạn cùng khóa,
cùng tiểu đoàn 1/4BB

ta không phải là thằng mạnh rượu

uống chơi chơi lưng xị gọi là

chẳng đưa cay chẳng đưa chi cả

chắc cả đời chỉ chực đưa ma

kỳ vô phong giống nam vô tửu

vô tửu rồi bức rức ngồi không

nhớ mặt trận lòng đầy hậm hực

bắn vào đâu đạn đã lên nòng

trời đang tối nằm trên đất giặc

ngó ngôi sao xẹt vội trên trời

trực nhớ lại một thời tuổi nhỏ

và chiều qua một đứa nghỉ chơi

LUÂN HOÁN

nằm trên đất không nghe mùi đất

hương cỏ sương ươn ướt bên mình

không nhớ ai sao lòng đang khóc

úp mặt buồn những ngón tay quen

may thằng Lập nhường cho chút rượu

hớp một hơi thấy vững tinh thần

rượu lúc này quả là thần dược

chẳng cần say mà cũng lâng lâng

Chập chờn qua đêm

nhìn đám con đi kích

lầm lũi vào bóng đêm

giấu nỗi lo lảng vảng

trong khói thuốc lênh đênh

không gian vào chạng vạng

co cụm thu hẹp dần

tiếng côn trùng rỉ rả

không lấp được bâng khuâng

nguyện cầu thầm chư Phật

xin có đi có về

đồng đội như tàu ngựa

mong yên cương đề huề

đêm nặng nề xê dịch
trời âm thầm ánh sao
đàn dế đã tắt tiếng
vu vơ gió thều thào

nằm im trong hầm cát
dỏng tai ra bốn bề
chập chờn cơn ác mộng
lầm bầm câu chửi thề

đầu gối lên áo giáp
tay đè sát đèn pin
trong im lặng vô tuyến
thỉnh thoảng chợt giật mình

Xa quê hương nhớ... chị dâu

chợt nhớ binh nhì Trương Bưng

cái thằng, thật, giỡn đây mày ?

xăm gì rằn rện cánh tay bạc màu

Xa Quê Hương Nhớ... Chị Dâu!

mày hiếu thảo dữ, hay rầu đa đoan

trước khi rời cái cổng làng

đêm thanh gió mát vườn hoang đã từng ?

chắc là mộng mị lung tung

cho đời cày cuốc sáng vừng thái dương

chú mày lẫn lộn yêu, thương

hay ta võ đoán bất thường quàng xiên

Xa Quê Hương Nhớ Mẹ Hiền

muốn xăm mà mất mẹ hiền đã lâu

250   LUÂN HOÁN

lớn khôn nhờ tay chị dâu

ông anh nghiêm khắc cú đầu giỏi thôi

bây giờ bước quá cổng đời

đụng ngay cuộc chiến bồi hồi nhớ ai

chị dâu thay mẹ nặng vai

tại sao không nhớ, nhớ ai, ông thầy ?

Trong vòng khoanh đơn giản

lặng lẽ xoay xoay cây bút mở
ngồi họp hành quân nghĩ đâu đâu
tai nghe tay nhẹ khoanh đầy đủ
những mục tiêu sắp phải đánh nhau

chẳng xa lạ gì rừng với núi
vườn hoang đồng trống rạch cùng sông
nhiều chỗ nhiều nơi lui tới lội
đánh rồi đánh nữa mãi chưa xong

điểm khoanh toàn những vùng xôi đậu
tối cộng sản về ngày quốc gia
da vàng mũi tẹt như nhau cả
vàng hoe chánh nghĩa, đỏ au tà

LUÂN HOÁN

ăn trái đất nào rào đất ấy

chuyện đương nhiên có sẵn lâu đời

sinh bắc tử nam là định mệnh

gục trên đất nhà cũng vậy thôi

nhìn những mục tiêu vừa mới vẽ

không lo không sợ cũng không buồn

phải có một nơi mình sẽ ngã

xong vai, nhường người khác đóng tuồng

mục tiêu nào chọn mình đây nhỉ ?

mình chọn nơi nào dễ được đâu

trong những vòng khoanh bằng bút mở

dạ xoa thần chết chờ từ lâu

Một kỷ niệm buồn

sắp đi qua hết vùng Đức Phụng
Đức Hải nằm chờ đến đóng quân
xóm biển lâu nay không dân chúng
chợt thấy khói bay lên không trung

báo vội thẩm quyền, chờ đợi lệnh
đại bàng cần tọa độ xác minh
rút tấm bản đồ ra khỏi túi
đại bác rền vang nhíu mắt nhìn

sau khi sư tử không còn hống
được lệnh tung quân lục soát ngay
trên mặt cát khô vương dấu máu
bên nồi cơm bể chén đũa bay

không tìm thấy ai, tự nhiên sợ
bóng ngày sắp tắt vội đóng quân
dẫn nhau thận trọng ra mé biển
xa hầm bí mật bớt lạnh lưng

254   LUÂN HOÁN

cả đêm thức trắng không vì sóng

ám ảnh trong đầu chuyện tử sinh

bị thương hay chết bao nhiêu mạng

nghĩ tới nghĩ lui trong rừng mình

người bị nạn là dân hay địch

dù thành phần nào cũng đáng thương

trời đánh hình như con phải tránh

bữa ăn nuôi dưỡng cuộc đời thường

pháo binh hay chính ta mang tội ?

suy cùng nghĩ tận lỗi về ta

rõ ràng không chấm sai tọa độ

đôi mắt không dưng ứa nhạt nhòa

Đa tình lính trận

lên rừng mai phục địch quân
về phố rình rập ngóng chừng gót hoa
em đi thân ngọc vóc ngà
nón trắng áo bạch bao la gió hiền

chờ-người-không-hẹn, góc hiên
cà phê thuốc lá không ghiền cũng chơi
một em, hai, ba em... trôi
đường không mây nổi, sao rơi nhịp nhàng

lâu ngày nhớ mặt trái soan
nhìn ai cũng đẹp vẹn toàn như tiên
nhìn ai cũng thấy thật hiền
muốn theo mà ngại vô duyên đành ngồi

địch trên rừng là con mồi
em của thành phố như trời cao xa
ngắm rồi lưu luyến bỏ qua
không thể nhả đạn tinh ma hồ đồ

lên rừng phục, ngó trời cao

thấy em dưới phố nhảy vô mây ngồi

chồm lên toan níu ông trời

nhớ ra quân địch đang ngồi chung quanh

câu thơ không viết, để dành

chờ mai về phố biến thành thánh thi

em vừa qua tuổi dậy thì

đọc xong chắc chắn bỏ đi theo tình

ta dù ăn cơm nhà binh

vẫn mang cốt cách thư sinh ngày nào

yêu em cho giấc chiêm bao

có hương đủ vị ngọt ngào suốt đêm

Sau lưng áo giáp

cha già thương nhớ thằng con
bỏ một ngày lội Chợ Cồn, không ra
bất ngờ một góc ngã ba
chợ trời cha vớ cái ta đang cần

cái áo nặng đến mấy cân
mặc vào chợt thấy toàn thân bùi ngùi
hơi cha ấm ngấm vào người
thâm tình che chắn, ngọt bùi xẻ chia

sa trường nhiều lúc làm bia
cũng tin đạn địch còn khuya lún vào
nằm đêm gối áo nao nao
khóc không khóc được, chiêm bao không đành

lật lưng áo ghi tốc hành

mấy câu rủ lá nhánh cành đọc chung

nghìn thu cùng với nghìn trùng

cũng không sánh kịp vô cùng tình cha

nhớ thương sợi tóc đời pha

muối sương nhuốm bạc đang qua cuối mùa

cha già chừ bớt lo chưa

nhìn sao chợt sợ gió đưa bất ngờ

Thơ nồng thuốc đạn

thơ ta viết để thay nhật ký
dù chẳng dễ chi viết mỗi ngày
nhiều lúc ngồi không hồn bí rị
hứng đến nhiều khi không rảnh tay

hồn vía câu thơ như bị khớp
đạn ngược chiều đâu khác xé da
đã từng rớt mất nhiều trang viết
ý còn, câu chữ nhớ không ra

mẩu giấy làm thơ nhiều hình dạng
nhiều màu, nhiều loại, lượm ngẫu nhiên
viết nhanh, viết tháu, ăn gian chữ
chắp vá nhiều lần giống bùa thiêng

bạn ta nhiều đứa là thi sĩ
tay súng tay thơ thật tuyệt vời
trong thơ, trăng rượu đầy hào sảng
khẩu khí nghênh ngang bốc thấu trời

LUÂN HOÁN

còn ta quanh quẩn lời kể lể

cái ta múa rối nhảm theo ngày

chẳng khác gì hơn con cóc nhảy

khó qua lằn đạn gầm rú bay

đồn lũy chiến hào và mặt trận

chung chung cũng na ná như nhau

bởi yếu tài hoa nên bết bát

dù cũng cùng chung những khổ đau

lý tưởng đời trai cùng chính nghĩa

còi cọc cùn mòn không nở hoa

đứng đi không phải bằng đầu gối

lẩn quẩn cái tôi sang cái ta

xin lỗi nàng thơ, em lầm chủ

tìm lầm gã tệ để kết duyên

lỡ rồi gắng nhé, cưng yêu dấu

lây lất lê qua những cơn ghiền

Chỗ cư ngụ thời săn người

khi nằm hậu cứ tiểu đoàn
ngày dù (1) về phố lang thang mấy giờ
Quảng Ngãi, bất cứ chỗ nào
giày *saut* nón sắt lơ ngơ âm thầm

lắm lần buồn ghé Ngã Năm
rồi ra Tám Hú... gần xong một ngày
nhớ em chỉ biết loay hoay
ngồi thở khói thuốc vàng tay giải sầu

về đâu ? còn biết về đâu !
ngoài khu Trùng Khánh ba tàu cho thuê
cái phòng vách kín ba bề
cửa vào cửa sổ nằm kề sát nhau

vài đêm bỏ trại gối đầu
mùi hương bò-lạc đậm màu mía xanh
sáng soi gương, mặt quá lành
gài dây đeo súng bỗng thành du côn

bạn bè năm đứa đeo lon

mươi thằng cầm phấn véo von qua ngày

tới đây rễ chẳng xanh cây

sao khi xa cách quắt quay nhớ hoài

cảm ơn vài mái tóc dài

cho lòng cư ngụ trổ tài linh tinh

đi cùng cuộc sống bộ binh

tôi tha thiết trổ nhánh tình thanh xuân

ngồi nhà hay lội hành quân

quê hương Quảng Ngãi sống cùng tôi như

thịt xương của một con người

tiêu tan còn sót nụ cười thinh không

dù = động từ chữ đương thời chỉ sự trốn đi

Thẻ bài

thẻ bài hai tấm thòng trước ngực
đồng dạng đồng màu khắc chữ in
ba dòng chi tiết cần đầy đủ
mọi người cầm súng phải thông tin

dòng thứ nhất, họ tên quân bạ
một cái tên sống chết dùng chung
hàng thứ hai số quân hiện dịch
tám số riêng chẳng có ai trùng
dòng thứ ba chính danh loại máu
được biết ngay khi phải cần dùng

mặt *inox* Lê Ngọc Châu đậm nét
nghe cái tên rất đỗi sang giàu
mà quả thật tôi giàu ra phết
nghèo đến đâu cũng thừa buồn đau

số quân tôi bắt đầu 61

rồi 2,0,3 chấm 9,0,5

(lấy 61 trừ đi hai chục

năm sinh tôi 41 y bon !)

máu tôi thuộc nhóm B em ạ

đâu phải D em chớ ngại gì

dù tứ khoái đệ tam số một

chuyện thường tình đâu có hề chi

ba dòng chữ một bài hài cú

đeo thay bùa chắc chắn sống lâu

khó gìn giữ nhưng tin bổn mạng

hai thẻ này không thể tách nhau

Ngủ võng

poncho phủ trên võng-dù
nằm nghe mưa hát lu bù thâu đêm
chập chờn ác mộng cùng em
thay phiên nhau đến kề bên bềnh bồng

co người theo dáng con tôm
chân giày đầu mũ như gông với xiềng
lạ lùng vẫn thích nằm nghiêng
trái phải đổi thế liên miên tê rần

mon men mưa thấm dần dần
từ ngực xuống bụng vào quần lạnh lưng
mùi hương cỏ dại tưởng chừng
bay thơm làm chợt nhớ nhung bất ngờ

giữa khuya nghiêm chỉnh chào cờ
buồn tay phá hỏng giấc mơ nhẹ nhàng
mưa đầy ngọn phủ vườn hoang
nằm trong võng ướt nhớ toàn chuyện vui

LUÂN HOÁN

giấu bàn tay giữa hai đùi

nghe trời nghe đất tỉnh người hẳn ra

không tin ma mà có ma

lấp ló đâu đó hại ta bất ngờ

hé *poncho*, ngó vẫn vơ

một đầu nón sắt vật vờ chênh vênh

nhớ ra, tính nhát của mình

thường cho lính gác sát bên võng nằm

đêm sâu hoáy chẳng yên tâm

che đèn bấm bước âm thầm vòng đai

mưa đêm vẫn hát khoan thai

nhớ lung tung, biết có ai nhớ mình ?

Đeo lon

nắp túi áo, ta khoe cấp bậc
một bông mai xinh xắn sơn đen
tưởng khiêm nhường thật ra làm dáng
nửa là ông và nửa là thằng

lon đeo vậy không hề phạm luật
rất đúng theo chiến thuật ngụy trang
chẳng chỉ đeo khi mình ra trận
về phép cũng không chơi lon vàng

phải nói cách đeo này rất tiện
nhét liền vô túi, kéo ra ngay
tùy nghi thay đổi thật mau lẹ
có vẻ bụi đời rất hay hay

gặp o thôn nữ lôi ra diện
ngộ nàng thành phố giấu liền tay
cái lon bé quá không ăn điểm
bằng cậu binh nhì thật thơ ngây

LUÂN HOÁN

cái lon nặng dấu đời ngang dọc

bền phúc "sống lâu lên lão làng"

còn những huy chương thơm mùi máu

dù lười lẫn nhát vẫn cứ ham

một bữa đi ngang chợ chồm hổm

có em ngước mắt ngó thật lâu

cái lon thiếu uý hay mặt mũi

làm lạc hồn em khi thấy nhau ?

Đóng quân đêm

trung đội thiếu quân số
chờ nắng tắt hồi lâu
thong thả một hàng dọc
lưng, ngực gần chạm nhau

điểm nằm đêm khoanh sẵn
đánh lừa đi vòng vo
vừa ngủ vừa kích giặc
một trò chơi giả đò

bóng tối mở dạ hội
côn trùng chung vòng đai
ếch nhái thảnh thơi hát
một cõi trời thiên thai

nằm lơ mơ nghe ngóng
bóng tử thần trong đêm
sống chết dẫu có mạng
đầu đạn biết chọn tên ?

LUÂN HOÁN

cổ không đeo Thánh Giá

không tượng Quán Thế Âm

tấm thẻ bài lành lạnh

nằm sát da âm thầm

giữa đồng không mông quạnh

ngửa mặt thấy sao băng

nhớ nhiều giai đoạn sống

lấp ló lời trối trăn

địch quân chưa xuất hiện

qua trọn thêm một ngày

mừng cho ta, cho địch

còn được rửa mặt mày

 sớm mai, sớm mai đến

đời còn mấy sớm mai ?

Cấp trên tôi

sắp theo hệ thống quân giai
cấp trên tôi, vẫn nhớ hoài chưa quên
nhắc lại không cần gọi tên
vẫn như đang ở kề bên từng người:

1.

ông đại đội trưởng nhỏ người
nhanh nhẹn nho nhã nói cười hồn nhiên
trên trán có khắc chữ hiền
nằm bên núi Ngự gắn liền sông Hương
điềm đạm thân mật khiêm nhường
giọng trầm bổng thiệt du dương xuề xòa
đón tôi về, ngồi khề khà
khói *basto* quyện khói trà thong dong
trộng hơn tôi một vài năm
chững chạc xứng đáng ông anh cận kề
ông thường bực tôi đi, về
cười cười chẳng chịu chửi thề một câu

LUÂN HOÁN

2.

vị tiểu đoàn trưởng của tôi

lùi xùi bậm trợn đậm người khó chơi

khi tôi trình diện, ông ngồi

uống trà, mặt lạnh, rung đùi, tỉnh bơ

mặc tôi nghiêm chỉnh đứng chào

phập phồng như gái mới vào làm dâu

nổi sùng trong bụng lầu bầu

rủa thầm vớ vẩn vài câu ác mồm

về sau mới biết đại bàng

thẳng thắn, bộc trực, ngang ngang nhưng hiền

tôi hình như được ưu tiên

trễ phép nhiều bận mắt nghiêm, mắt cười

3.

ông trung đoàn trưởng của tôi

gốc nam cao ráo sáng người đẹp trai

phong thái khuôn mặt rất oai

quanh năm nón sắt lưng gài súng *colt*

một lần tôi khá sảng hồn

ông gọi hỏi tội thả "con" đứng đường

cũng nhờ giả bộ dễ thương

ông tha, ra lệnh mở đường Chu Lai

thoát tội, tôi nốc vài chai

với dĩa bò tái, vươn vai tỉnh người

4.

ông sư đoàn trưởng của tôi

xuất thân thiết giáp mũ nồi màu đen

mặt ông lính tráng đều quen

nhưng ít ai dễ mon men đến gần

tôi chưa diện kiến một lần

nhưng biết diện mạo có phần tướng quân

tướng công cũng đến đứng chung

làm danh ông càng lẫy lừng vang xa

một lần trên ngọn rừng già

làm le tôi bắn bò nhà của... ông !

tưởng rằng lãnh củ, nhưng không

và vẫn tiếp tục thong dong núi đồi

ba gai, ba trợn, ba trời

tôi đều không có nhưng tôi có bùa

bùa tôi không giống con rùa

như em, mà chỉ hay đùa vui thôi

cấp trên tôi khá chịu chơi

nên đời lính tráng chúng tôi bình thường

Ông hạ sĩ của tôi

ít nhiều tôi phục hạ sĩ Tý
ông đàn em trội tuổi đời hơn
vài lần tôi phạt vì trễ phép
nửa ngày không được nói ba lơn

ông nghiêm túc lắm, thi hành đúng
giữa đôi môi tái ngậm cây tăm
đứng đi sinh hoạt như thường lệ
ú ớ như đang bị mắc dằm

vóc ông không hẳn là lùn tịt
bởi cái bề ngang nhiều mỡ xương
chân đi chữ bát (thường giàu sụ)
riêng ông vật chất khá khiêm nhường

nhập ngũ lúc nào tôi không rõ
binh nhì, binh nhất đã qua xong
bây giờ hạ sĩ (sắp lên nhất)
có vẻ như ông rất bằng lòng

LUÂN HOÁN

ưu điểm của ông là chân thật

có gì nói nấy chẳng vòng vo

xấu tốt với ông đều bạn cả

dĩ nhiên đôi lúc biết giả dò

kích giặc gác đêm không tệ lắm

không hề sốt sắng chẳng than van

dẫn ba thằng lính đi như bạn

chẳng có ta đây hạ sĩ quan

tài ông xuất sắc là tán gái

nói đúng hơn là dụ quí bà

quân đóng ở đâu có chòm xóm

nghĩa là có chỗ ông la cà

bầu bì ba bốn trăng không ngại

thằng chồng nhảy núi, khỏi lo xa

ông chẳng hiếp ai mà bị hiếp

chuyện lạ nhưng mà thường xảy ra

thiện nghệ của ông đồng đội phục

không tăm tiếng xấu chẳng rầy rà

tôi lấy quyền gì đề nghị phạt

cái duyên thượng đế cho thôi mà

gặp được của ngon, ông nháy mắt

muốn nhường lấy thảo, tôi trừng ngay

trong tôi có một ngụy quân tử

thà rằng thỉnh thoảng cũng may tay

lính trẻ xa nhà đều như rứa

(cho tôi xin lỗi nếu nghĩ sai)

có ăn có ngủ có bài tiết

tự quân bình được thế mới tài

ông hạ sĩ Tý chịu tôi lắm

tôi thiên vị ông chút xíu xiu

đạo đức hay không đâu dễ luận

tình dục đi liền với tình yêu

Đội Kích Đức Phụng

đổ vào Đức Phụng nửa đêm
trời mưa gió lạnh bốn bên đen ngòm
lệnh trên cấm tạo tiếng vang
im lặng vô tuyến sẵn sàng tiến quân

ta ngồi mắt mở trừng trừng
nhìn không gian lộ vô cùng dối gian
che tay thở khói nhẹ nhàng
nhớ em giờ chắc mơ màng chuyện vui

Hồn chữ tìm gặp

những hồn chữ bám trên phiến lá
bu trên cành thiếp giữa gió bay
những hồn chữ nép trong hốc đá
ngủ lơ mơ dưới những gót giày

những hồn chữ ôm quanh chân rạ
nằm co ro trên những cột nhà
thở thoi thóp dưới mương nước đọng
cười mỉm chi trên những cánh hoa

những hồn chữ... ta xin lượm hết
bằng đôi tay kính cẩn nghiêng mình
tâm thanh khiết dễ gì để chết
xin phà tình vực dậy các em

hồn nũng nịu vào hàng chật chội
hồn hiền ngoan khép nép nghiêm trang
hồn tinh nghịch long lanh mắt đẹp
nào các em, ta bước lên đàng

LUÂN HOÁN

câu thứ nhì nối đuôi thứ nhất

câu thứ tư tiếp gót thứ ba

cứ như vậy bài thơ hiện diện

mang hồn em và vía của ta

thơ của chữ chữ của từng mảnh sống

vạn vật trong đời sinh động hồn nhiên

cảm ơn thơ cảm ơn hồn chữ

cho ta vui đời sống võ biền

Kỷ luật tự nhiên

chẳng ai cấm rượu, cấm chè
cấm hút thuốc lá, cấm ve diễm kiều

chẳng ai cấm sáng lẫn chiều
ngồi mơ nằm mộng bao điều viển vông

chẳng ai cấm đi lòng vòng
quanh bờ quanh bụi quanh vòng kẽm gai
chẳng ai cấm thở vắn dài
cấm phiền muộn nhớ chiều phai ngày tàn

chẳng ai cấm đứng sắp hàng
miên man suy nghĩ đưa nàng đi chơi
chẳng ai cấm sống thảnh thơi
cạo râu nặn mụn nằm phơi cu mình

chẳng ai cấm viết linh tinh
thơ văn lẩm cẩm tâm tình suy tư
chẳng ai cấm, viết, đọc, thư
báo, truyện, tiểu thuyết... y như ở nhà

LUÂN HOÁN

chẳng ai cấm... thế nhưng mà

tự do, tự trọng chính là luật nghiêm

bởi không riêng mình qui tiên

mà rất có thể chợt làm phiền chung

nhớ em vẫn nhớ vô cùng

đường đi nước bước phải cùng anh em

Giấc ngủ quân hành

có sẵn "chiếu đất màn trời"
ngại chi ngủ đứng ngủ ngồi ngủ đi
giấc ngủ lúc nặng như chì
lúc nhẹ như bấc vu vi lừng khừng

giấc ngủ trong lúc hành quân
thường chia từng khúc: đầu, chân tay và
từng bộ phận trên người ta
thay nhau thức ngủ rất là nghiêm minh

ngoại trừ anh bạn trái tim
chăm chỉ thức gác ngày đêm dài dài
có lẽ chỉ vì nhớ hoài
những khuôn mặt, những tình ai yêu mình

LUÂN HOÁN

và nhờ yêu rất linh tinh

nên gã thao thức chung tình thế thôi

ngủ đi ngủ đứng ngủ ngồi

ta luyện thành tật lâu rồi em yêu

bềnh bồng thân lệch vóc xiêu

ta giữa trận chiến phiêu diêu giấc tình

Dân "lành" ở Núi Ngang

nhà nào cũng có bàn thờ

chồng, con, cha, chú... yên mồ từ lâu

bất ngờ phía dưới vồng rau

nắp hầm bật mí chồng trồi đầu lên

rồi cha đến chú đến em...

đám quân âm phủ lem nhem bủng vàng

chưa dò hỏi vội kêu oan

"dân lành" sợ quá vội vàng trốn thôi

lựu-đạn-chày này chỉ để chơi

khẩu A. K lượm từ hồi xa xưa

ai bày đặt trò lạy, thưa

cái kế bám đất để thừa cơ xơi

dù sao ta vẫn mỉm cười

tha người chắc chắn đất trời tha cho

Đóng Chốt Phú Sơn

núi cao không hẳn là cao
đồi vài ba ngọn chụm vào xanh um
đỉnh mây che, đóng dưỡng quân
làm thêm cái chốt giữ rừng núi luôn
chim chiều gọi bạn buồn buồn
đêm nhìn sao lạc nằm thương nhớ nhà
ngày tìm gom góp kỳ hoa
quẩn quanh suối mát tà tà động mây
tới đây tưởng lỏng gót giày
nào hay sốt rét cả bầy xuội lơ

Thăm Mộ Cụ Huỳnh Thúc Kháng
Trên Đồi Thiên Ấn

thăm Người không một cọng nhang

vòng tay nghe gió chiều man mác buồn

trong lòng không nhớ không thương

Người trong mộ cũng không vương vấn đời

kể từ Người, tiếp đến tôi

trong không gian chẳng buồn vui bao giờ ?

ở đây mây vẫn bay cao

cỏ xanh vẫn tự thuở nào còn xanh

dửng dưng chân dạo quanh quanh

hồn không chắc gặp tinh anh hồn Người

tại sao lòng thấy bùi ngùi

đồi xanh, tôi với đất trời mênh mông

LUÂN HOÁN

Mở Đường Khúc Mỏ Cày

sớm mai lành lạnh mù sương

dắt vài chục lính mở đường nhân gian

đi ngang qua cánh đồng hoang

một viên đạn nổ suýt loang máu đầu

nhoài mình nép mép đường cao

súng ta không phí đạn vào cõi không

kẻ bắn tỉa điên hay ngông ?

chỉ chơi vài phát là dông trốn rồi

Mỏ Cày ơi, Mỏ Cày ơi

đã bao nhiêu xác hết hơi chốn này ?

Núp Mưa Gần Cống Ông Bố

nơi đây còn đoạn đường rầy

vắt ngang đường nhựa từ ngày xa xưa

dân che chợ họp sớm trưa

một hôm ta đứng trốn mưa hiên người

mắt ai ngượng ngập muốn cười

chắc thương ta bạc áo đời chiến binh

ta vờ ngượng nghịu làm thinh

lấm la lấm lét liếc tình rồi thôi

tình ta như hạt mưa rơi

em hứng không kịp để trôi ra đường

Cống Ông Bố chợt có hương

của ai không biết, dễ thương vô cùng

290   LUÂN HOÁN

Ứng Chiến Ở Ngọc Điền

mang quân trấn giữ cửa đông
chiều ngồi trong gió bờ sông thổi đầy
tháo giày cạy đất vun cây
gieo trong lòng giọt mưa bay tình cờ

muốn cho cỏ lá nụ thơ
hồn khai quang tự bao giờ không hay
may nhờ em mở vòng tay
đôi mắt và trái tim đầy thương yêu

ta vào trú ngụ sớm chiều
nghe hương hạnh phúc dập dìu bọc quanh

Dừng Quân Ở Nghĩa Hành

nằm im trong bãi mía cao

ngủ dài một giấc ra sao cũng đành

lính chia nhau gác chung quanh

đời chưa động tĩnh đừng hành xác ta

súng kê đầu, mộng hiền hòa

hỉ nộ ái ố rời xa lòng trần

chợt mỉm cười, nghĩ, băn khoăn

câu ca bỡn cợt đúng không cũng là

muốn đỏ ngực lên... rừng già

muốn phong lưu cứ nhẩn nha Nghĩa Hành ?

Qua Vùng Hoang An Mô

cỏ cao quá gối chân đời

tịnh không còn một chút hơi thở người

bước đi dễ gặp đất cười

hôm qua nón đựng óc tươi mới trào

hoang mang nhìn ngọn cỏ cao

mỗi bước chân sợ hồn chào diêm vương

trời cao xanh hun hút buồn

đất này có phải quê hương hay là

không phải là bãi tha ma

tổ tiên để lại, ông cha không ngờ

dán thầm xuống một bài thơ

ước mong mìn bẫy từ giờ từ tâm

Mười Giờ Sáng Ở Ba Gia

rửa chân giữa suối trong veo

muốn quăng súng đạn đang đeo bên mình

ngồi trên đá tảng làm thinh

bốn bên rừng núi cung nghinh ta vào

ước gì dẹp chuyện binh đao

đến đây tìm ả tiên nào cầu hôn

tiếng con khướu hót dập dồn

gió vi vu lá ngày còn mới tinh

cảm ơn đời lính Bộ Binh

ít ra có phút lặng thinh yêu đời

LUÂN HOÁN

Nhảy Trên Núi Tròn

trực thăng sà đỉnh núi cao
hét nhau nhảy xuống ẩn vào lá cây
mục tiêu gần tuyến phát này
bản đồ ngắm lại mấy giây vội vàng

- tôi đang nghe rõ đại bàng
vâng chưa cần gởi đôi tràng pháo tay
đã nhìn thấy ngọn khói bay
tôi đang cho khép vòng vây hẹp dần...

mẹ kiếp, đứa nào rủa thầm
tôi nghe tiếng đập trong lồng ngực tôi

Đốt Vườn Ở Sơn Kim

hồn ai nương náu ngọn cây
ta mồi ngọn lửa mời bay lên trời
đừng hận ta hỡi người ơi
ta đang trả cái nợ đời thanh niên

đến đây rồi sẽ đi liền
đất hoang chẳng dám làm phiền quỉ ma
chỗ nào lính Đại Hàn qua
giếng sâu thuốc độc đã hòa nước trong

chừ ta, dù muốn dù không
lệnh trên đốt hết vườn không có nhà
lửa ơi xin gắng nở hoa
choàng vai người quá cố và không gian

LUÂN HOÁN

Chiều Chiếm Nghĩa An

cách nhau bờ đất quanh rào

súng thành vô dụng, tiến vào chưa xong

rút ra chết trăm phần trăm

thì thôi chơi đỡ dao găm chuyến này

sá gì loại lựu-đạn-chày

rơi gần chụp vội ném ngay trở vào

nhô đầu dõng dạc ta hô

xung phong – sát cộng bổ nhào vô đâm

địch lùi, ta giữ thế công

trong vòng bảy phút bão dông bụi bờ

dội trở ra, chạy ào ào

tiểu đoàn đã rút im rơ lâu rồi

cái ngài thẩm quyền của tôi

đem con bỏ chợ, chuyện hơi bình thường !

Đụng Nhẹ ở Sơn Mỹ

lội qua hết bãi tha ma

súng du kích nổ khiến ta nổi sùng

đang đi ngắm cảnh ung dung

hành quân là dịp sống cùng núi sông

cả gan dám vuốt râu hùm

phải đành cho chết cả chùm mới thôi

ra lệnh phơ đại một hồi

chung quanh vườn ruộng im hơi tức thì

con chim không biết tên gì

bay đi bỏ lại tiếng chi buồn buồn

LUÂN HOÁN

Kích Đêm Xóm Mồ Côi Đức Quang

bốn giờ chiều, cơm tối xong
chấm báo tọa độ chỗ nằm qua đêm
giả vờ kéo hết quân lên
mặt quốc lộ 1, rút êm như chuồn

tối mù mịt trở lại vườn
chia quân nằm kích dưới sương lạnh lùng
yết hầu của đường cộng quân
trước sau cũng gặp thư hùng xảy ra

ta nằm gần một mùi hoa
nghĩ hoài không nhớ tên hoa là gì
cái áo giáp nặng như chì
đè như có tiếng thầm thì của em

Dừng quân đêm tại Thạch Trụ

nằm im trong chái chuồng trâu
mùi phân ngai ngái nhức đầu như điên
trùm *poncho*, chẳng thể yên
nghe trâu khịt mũi chắc tìm hơi ta

đêm rình rập bủa bao la
lòng nghi ngại, dậy, kiểm tra vòng vòng
lính ngồi gác, đạn lên nòng
sự sống cái chết luôn nằm sát nhau

sợ lo biến chứng nhức đầu
lơ mơ nhắm mắt lâu lâu giật mình

LUÂN HOÁN

Rách Áo Lần Thứ Nhất Ở Rừng Lăng

vừa tha nó, nó ra tay

trả ơn bằng lựu-đạn-chày ngay chân

mảnh ghim phập mạnh vào lưng

nếu không áo giáp không chừng nghỉ chơi

trách mình lẩm cẩm dở hơi

đánh nhau còn giữ đạo đời làm chi

vết thương lệch trái tim chì

nên còn đủ sức lầm lì bò vô

máu đen hay đỏ ra sao

đêm không cho thấy lờ mờ bóng xiêu

tỉnh ra buồn ít vui nhiều

dù không minh định vui điều chi đây

Đêm Ở Mộ Đức

đóng quân đêm giữa cánh đồng
nằm không chợp mắt phập phồng âu lo
úp tai sát đất thăm dò
hình như tiếng động ai bò gần đây

ếch nhái kêu, đom đóm bay
gió rung rớt nhánh lá cây vô tình
cái gì như thể rùng mình
tay trên cò súng rập rình ngó quanh

đêm mênh mông, đêm vốn lành
lòng người vốn cũng rất lành đấy thôi
ngồi im soi lại lòng tôi
quả nhiên đâu muốn hại người khi không

LUÂN HOÁN

Xế Chiều Ở Quán Lát

quanh vườn lính tạm nghỉ chân
ta treo võng ngã lưng nằm lim dim
lá xanh ríu rít tiếng chim
giọng Hoàng Oanh hát bổng chìm xa xa

đã lâu không dịp nhớ nhà
chừ nghe nhạc rũ hồn qua trăm đường
mới hay mình vẫn yêu thương
mới biết lòng vẫn còn vương vấn đời

co chân đạp võng bồi hồi
ta đưa ta giữa cuộc chơi hiểm nghèo

Bên Cầu Sông Vệ

dưỡng quân luôn tiện giữ cầu
quanh một lô cốt đầu người nhấp nhô
ngày, vào chợ lội hững hờ
sẫm chiều, đứng ngắm đồng bào trốn đêm

ta về bố trí anh em
chia đi kích gác bốn bên đợi chờ
năm mười lần hứng làm thơ
có Sương mắt biếc lẳng lơ mỉm cười

cảm ơn cô bé của người
yêu đời không phải yêu tôi, biết rồi
thơ mà, chỉ viết chơi chơi
cho ra cốt cách lính thôi vậy mà

LUÂN HOÁN

Qua Thu Xà

ở đây còn bóng phố phường

ở đây còn dấu con đường cái quan

ngôi nhà còn nét huy hoàng

cho dù cát bụi tro than bám đầy

qua đây cây còn ra cây

màu xanh thân thiết vẫn đầy bao dung

qua đây chợt nhớ vô cùng

ông bạn họa sĩ rất thân Nghiêu Đề

ông chưa dám bén chân về

thềm xưa để vẽ chỉnh tề câu thơ

tôi cầm bút-mở phất phơ

vài đường lưng tấm bia mờ họ tên

nỗi buồn thấm thía mông mênh

tự nhiên ập xuống chân thềm và tôi

Lần Thoát Chết Thứ Nhất
Ở Đức Hải

hành quân lục soát kỹ càng

dò xem địa thế vững vàng hay không

vụt qua viên đạn đầu đồng

cháy vèo ngọn tóc bềnh bồng đầu ta

hồi lâu mới rợn da gà

vuốt đầu xem lại tóc ra thế nào

chuyện như ba xạo tào lao

đừng tưởng ta thấy chiêm bao ban ngày

tóm tắt chỉ một chữ: may

không thì đâu có dòng này hiện thân

Đức Hải ba bận bốn lần

làm lưng túi mật dần dần trong ta

cũng may còn một đóa hoa

hương thơm vừa đủ cho ta nhớ hoài

LUÂN HOÁN

Lần Thoát Chết Thứ Hai
Ở Sa Quỳnh

nửa đại đội đã qua sông

giày ta vừa nhúng xuống dòng nước trôi

tai vang tiếng nổ xì hơi

khựng chân chết sững bồi hồi khói bay

mồ hôi toát ướt thân gầy

nhẹ co sè sẽ mũi giày gian truân

lính nghiêng dao khới cầm chừng

ngòi mìn đã nổ, dửng dưng trái mìn

chú "ba râu" ẩm, hữu tình

thương người chẳng có tội tình, hữu duyên

tha cho mạng sống bình yên

ta nằm mất ngủ liên miên mấy ngày

chết coi cũng khó lắm thay

"ba râu" mà nổ thân này phân thây

Thoát Chết Lần Thứ Ba
Ở Tư Nghĩa

đang cho khép chặt vòng vây
lom khom đi giữa đường đầy lá xanh
thình lình tên lính xô nhanh
ta ngã chúi xuống lạch tanh mùi bùn

đạn A.K quét một đường
gãy cành rụng lá ngay luồng ta qua
giận run, văng tục như là
một tên du đãng bị bà già trêu

vài phát đạn bắn vèo vèo
phản xạ trả lễ đề huề tự nhiên
cho dù bản tính rất hiền
một đôi khi cũng nổi điên bất ngờ

LUÂN HOÁN

Thoát Chết Lân Thứ Tư
Ở Nhà Trung Úy Phượng, Đường Võ Tánh

nếu chẳng may, lỗi tại ta
ghé chơi ngủ lại trong nhà người thân
nửa khuya Việt cộng đầy sân
xầm xì kế hoạch rầm rầm bao vây

khẩu *colt* ta nắm trong tay
thằng nào xô cửa dính ngay kẹo đồng
năm phút, mười phút... mênh mông
rất may địch đã nhớ nhầm nhà bên

ông trung úy Phượng thật hên
ta thay ông khiến địch quên số nhà
không có giờ nổi da gà
cũng nhờ bình tĩnh thở ra nhẹ nhàng

Thoát Chết Lần Thứ Năm
Ở Đồi Lâm Lộc

hai tuần lặn lội rừng hoang

xa xa nhìn thấy xóm làng, chợt vui

hàng ngang quân tiến vù vù

đại bàng bỗng gọi ta lùi quân ra

nằm ngoài yểm trợ "thằng ba"

bực mình nghe lính chê ta "thật thà!"

bất ngờ mìn đạn sáng lòa

"thằng ba" tan nát dạt ra ào ào

cộng quân độn thổ đánh nhàu

giết đại đội trưởng ta chào hôm qua

bây giờ đã đến lượt ta

xông vào giải cứu rát da đạn cày

sống chết như lật bàn tay

nhỏ con mà cứng như cây rừng già

số ta chưa tới đó mà

tay cầm quân mát vốn là bẩm sinh ?

Người Chết Thay Lần Thứ 1: Hồ Văn Minh

ta vừa đi phép về đây

gặp trung đội phó bắt tay cười cười

nhờ ông thêm một đêm thôi

sáng mai ta sẽ lên đồi nắm quân

ai ngờ đêm đó cuối cùng

của người Trung Sĩ vẫy vùng bên ta

xót xa thẹn, ghé qua nhà

thắp hương đứng lặng trước hoa thọ vàng

cặp đèn trắng đặt lên bàn

có di ảnh rất nghiêm trang đang nhìn

ta còn nhớ rõ như in

người em lớn tuổi vốn tin ta và

nụ cười mở rộng xuề xòa
mỗi khi ta bực mình la bất ngờ

giá đêm qua ta đã vào
và Minh được nghỉ, bây giờ hẳn ta...
làm sao biết trước được mà
nhưng vẫn cảm thấy như là tại ta

LUÂN HOÁN

Người Chết Thay Lần Thứ 2: Nguyễn Nam

ta thường mắc võng ngoài vườn

căn nhà con bé trong vùng kiểm tra

một hôm ngã bệnh không qua

Nam thay ta dẫn lính tà tà đi

ai xui đến chỗ mọi khi

ta nằm nghe gió biển thi nhau đùa

Nam cũng ngả lưng đong đưa

cái võng vải lính giữa trưa, bất ngờ

Việt cộng phục kích bao giờ

tràng đạn oan nghiệt vốn chờ đợi ai

được tin không kịp thở dài

bắn lẫy vài phát lỗ tai lùng bùng

ta không đau chắc tiêu tùng

Nam ơi bạn đã chết giùm cho tôi

Người Chết Thay Lần Thứ 3: Nguyễn Âu

bởi ta đi phép thường niên
Nguyễn Âu xử lý nắm quyền thay ta
mười lăm ngày vùn vụt qua
ta về, Âu đã ra ma bên trời

xác anh đã chở đi rồi
hồn anh quấn quít trên đồi này đây
ta đi quanh núi xanh này
bâng khuâng lòng chợt nghe đầy nợ ai

Nguyễn Âu cao lớn đẹp trai
mới về mấy tháng hoa mai chưa tròn
nếu ta chưa vội hạ sơn
biết đâu đêm ấy núi còn bình an

đặt giả thiết, tưởng tầm xàm

mọi sự đã mở, hạ màn thản nhiên

sau ba người bạn luân phiên

thay ta đều gục, ta phiền muộn thêm

thần chết như chọn sẵn tên

ta Châu, Lê Ngọc ngài quên mất rồi

rất may sớm bỏ cuộc chơi

nếu không còn có nhiều người chết thay

Rách Áo, Rời Hàng

rách áo lẻ tẻ mấy lần

không sao, chuyện nhỏ, còn gân lội dày

đánh vùi đã sáu bảy ngày

rượt nhau rừng rậm núi dày chả sao

tuân lệnh nằm lập hàng rào

nào ngờ mìn nổ ngã nhào lăn chiêng

tiếc đời sắp được bình yên

ngồi ôm chân vuốt máu phiền muộn rơi

mắt hoa đảo lộn chân trời

hồn phiêu lạc cạn hết hơi thở người

lính bồng, lính cõng xuống đồi

vẫn còn thấy đám mây trôi thanh nhàn

LUÂN HOÁN

thế nhưng đã được tan hàng

không hô cố gắng chỉ bàng hoàng thôi

giã từ vĩnh viễn cuộc chơi

giã từ một chặng đời tôi, bất ngờ

đời luôn luôn những tình cờ

mai sau chết cũng ơ hờ vậy thôi

tôi luôn vô địch yêu đời

vâng yêu em nữa những người hữu duyên

Từ khu bưu chính 4814
nhớ linh tinh về KBC 4100

1.

cổng số 9, hình như đúng vậy
nơi mở ra bãi tập xa trường
sáng hôm đó nếu không nhảy xổm
đại đội ta dính chấu thê lương

tội cho khóa đàn em hí hửng
vai chưa quen chịu sức ba lô
đã mấy mống đóng xâu lăng xẹt
anh dũng hy sinh chưa bắn phát nào

2.

ngồi với Được trong câu lạc bộ
tên Thanh Hoa vào ngày cuối tuần
không về phố bởi con bò lạc
hẹn vào thăm vò tóc mằn lưng

chờ đợi mãi vẫn chưa thấy gọi

khu tiếp tân ai trực hôm nay

từ đứng bóng ngã qua nắng xế

mới tin mình đang được leo cây

3.

đi với Lộc qua khu thiết giáp

muốn ghé xem một xuất xi nê

chưa vào rạp đã che miệng ngáp

ô rờ lui Lộc bực chửi thề:

đó, đã nói, ông thần kỳ cục

không vui chơi "tùy quyền" làm gì

hay muốn lặn ra Chợ Nhỏ bắn ?

mấy lần ra đâu thấy làm chi

4.

thơ ai viết có con ngựa trắng

bay về trời bỏ lại hàng quân

chỉ liếc qua hình như đã thuộc

nỗi chia xa xót tận vô cùng

ngồi quấy mãi ly cà phê đắng

giọt nhạc buồn giọng nữ sầu ngâm

chưa ra trận đã nghe tống tiễn

cổng tương lai giáp cửa mộ phần

5.

trưa nắng rát lưng ngồi ngủ gục

thiếu úy Hoàng chộp được quả tang

thương thằng nhỏ ú a ú ớ

tặng một đêm lên trực liên đoàn

thật may mắn cũng nhờ đêm đó

làm bài thơ hay ơi là hay

sẽ đăng báo ký tên con nhỏ

món quà tình sử dụng lâu nay

6.

ông trung sĩ giặt thuê quần áo

mang sổ ra cộng cộng cười cười

à ra thế hôm nay cuối tháng

đếm thường xuyên sao chợt ngẩn người

mới ngày nào mong cho qua vội

chừ rõ ràng bịn rịn nao nao

còn tuần nữa chọn về đơn vị

chưa chia tay lòng ngập nghẹn ngào

7.

trốn mấy đứa trong ban báo chí

lánh mấy thằng thường tán dóc chung

bước rất chậm ngang ba lẻ một

giận chưa vô để hét đã từng...

ta vốn dĩ là thằng nhút nhát

mà thành ra gương mẫu đàng hoàng

bảng xếp hạng cuối cùng cao lắm

thừa chỗ ngồi không có dọc ngang

để bù lại thời hiền ngoan ấy

chọn về đây nhiều kẻ ngạc nhiên

nếu chết yểu chỗ nào cũng chết

biết chừng đâu ta đang có duyên

ngồi nhớ lại một thời được ở

k.b.c bốn ngàn một trăm

buồn thúi ruột không quên cười mỉm

chẳng ngon chi cũng là quân nhân

Lên rừng

lên rừng chẳng để đốt than

lên rừng chẳng để tìm hang chém chằng

lên rừng chẳng để hái trăng

lên rừng chỉ để lùng săn con mồi

con mồi đồng dạng con người

con mồi biết nói biết cười biết đau

con mồi có óc có đầu

nghĩ trăm ngàn kế giết nhau lạnh lùng

lên rừng mắt mở trừng trừng

lên rừng tâm loạn tim rung không đều

lên rừng dù chỉ lội theo

lệnh trên vẫn nặng đá đeo bồn chồn

lên rừng dễ gặp huyệt chôn

người đi giữ đất nước non quê nhà

lên rừng thoáng ngó bao la

núi cao đồi thấp và ta lặng buồn

Quì xuống đứng lên

được quì ở Trung Nghĩa Đài
đầu gối trụ vững hai vai nặng dần
nghiêm trang mắt ngó thinh không
hồn bao la nỗi lâng lâng phiêu bồng

núi sông đậu nhẹ xuống lòng
lời thề nguyền giữ con Rồng cháu Tiên
lưỡi kiếm cùng ngọn đuốc thiêng
bắt đầu thật sự gắn liền xác thân

nghĩa vụ không phải nợ nần
thực thi bổn phận công dân bình thường
khởi binh anh dũng kiên cường
bọc quanh vũ khí yêu thương dãi dầu

LUÂN HOÁN

được đội Tổ Quốc trên đầu

Danh Dự Trách Nhiệm theo hầu hai bên

máu tươi sinh động trong tim

tiếp nhận sứ mệnh nóng lên tuyệt vời

quì xuống, đứng lên thành người

sĩ quan đi bốn phương trời núi sông

Ngày quân lực 1969

ngày này năm ngoái ta đều bước

cùng đồng đội ta giữa thủ đô

nắng của Sài Gòn phà hơi lửa

lớp vải ka ki chẳng hoá thơ

ta đi không thấy màu áo lụa

chỉ gặp bao la những ngọn cờ

vàng màu sáng chói căng hương gió

vệt máu hồng ngời bóng tự do

khẩu súng *garant* trên vai nặng

lưỡi lê lấp lánh nhịp tang bồng

trên đầu Danh Dự cùng Tổ Quốc

Trách Nhiệm nặng lòng giữ núi sông

theo cánh tay đưa bàn chân bước

miệng cùng chung khúc "đường trường xa..."(1)

làn hơi hùng dũng linh thiêng quá

lòng thoáng rưng rưng mắt thoáng nhòa

LUÂN HOÁN

cảm động nhìn tay người chào vẫy

"đoàn quân chiến thắng đã về đây"(2)

ta còn mấy tháng cùng Thủ Đức

mà ngỡ huy chương ngực gắn đầy

em đứng nơi đâu lề phố rộng

có chụp giùm ta tấm ảnh nào

ta hát vang lừng quên cả nắng

cùng lúc hình như lòng chiêm bao

mới đó đã qua mười hai tháng

mươi thằng cùng khóa đã hy sinh

tay ta đã đỡ Trần Mỹ Lộc

mà ngỡ như đang ôm chính mình

hôm nay ta ở ngoài mặt trận

Ngày Quân Lực vui phố Sài Gòn

không còn hân hạnh đi đều bước

thơ bỗng thay mình chào núi sông

muốn bắn vài tràng thay pháo nổ

nhưng thôi pháo đã dậy trong lòng

bắt tay đồng đội tìm hơi thở

sung sướng chia nhau niềm cảm thông

LUÂN HOÁN

Tự kiểm

"... anh bây giờ là tên lính mù

chỉ huy một trung đội điếc

với chiếc còi trên môi

và hàng trăm câu chửi tục

...

anh bây giờ là tên lính mù

của tiểu đoàng ¼

thuộc sư đoàn 2 Bô Binh

chỉ biết ăn ngủ và hành quân..."

(Luân Hoán- Trái Tim Hành Quân)

"... đang đi lệnh đóng chốt

lập vòng đai an toàn

cho đại đội trừ bị

lùa bò cho tướng Toàn

...

lính than thèm thịt quá

nổi máu ta bắn càn

...

tướng Toàn không ký phạt

nhưng ta chẳng tha ta

một tuần không ăn thịt

không làm thơ, ngắm hoa"

(Luân Hoán - Bắn Bò)

tự dặn tuy thơ là thú chơi

nhưng đừng quá trớn dễ hư đời

như người trúng gió khi phi ngựa

gốc dù còn cứng đã đi đời

vốn chứa trong hồn khối bi quan

nội tâm ngoại cảnh sống đồng sàng

dù tập luyện cười nhiều hơn khóc

khó tránh mượn hơi thơ thở than

đời lính thường xuyên khổ đương nhiên

đầu đạn bay vèo chẳng chỉ thiên

luôn tìm thân xác người tìm đến

mục kích đều đều dễ hóa điên

LUÂN HOÁN

căng thẳng giảm nhiều nhờ có thơ

trải lòng lên mớ chữ vu vơ

bám theo ảo ảnh dàn phao nổi

trôi chẳng cần chi ghé bến bờ

xưa vốn nhuần tay viết thơ tình

những bài thơ lót cặp nữ sinh

chừ theo tiếng nổ thây người ngã

thơ níu chân đời lính bộ binh

đọc lại đoạn vừa trích dẫn trên

giận thương chưa thấm nỗi buồn tênh

chân tâm thật cảnh không cường điệu

nhưng có chút gì rất không nên

Văn Học đăng xong chợt hết hồn

lòng tôi chao đảo những bồn chồn

quả nhiên được gọi lên trình điện

đứng bắt tay chào - dòm tướng - xong

thoát nạn không chừa được tật ngông

bắn bò còn dám viết thong dong

xướng luôn tên tướng tư lệnh nữa

hí hửng làm tay anh hùng rơm

thượng cấp chỉ huy quá rộng lòng

lơ cho con bướm dại làm ong

và như ưu đãi thêm đôi chút

được ngó nửa ngươi nửa cảm thông

dù vẫn đều đều đi hành quân

nhưng thơ càng rõ nét khật khùng

cái mùi phản chiến dần dần đậm

tôi tự đâm mình từ sau lưng ?

lòng vẫn còn tràn mộng xóa tan

mầm mồng chủ nghĩa độc ngoại bang

nhưng ngây thơ ước bọn lang sói

trời phạt tự nhiên phải tan hàng

LUÂN HOÁN

tự kiểm lòng mình mâu thuẫn chăng ?

bầm gan vuốt mắt bạn trối trăn

thẫn thờ nhìn xác thù phơi tái

nhà cửa xóm làng ngút tro than

sao chẳng chỉ là chiến sỹ thôi

đèo chi thi sĩ cho nặng đời

thơ tôi tôi đọc nghe còn chán

thi sĩ gì đâu, mạo xưng rồi!

Hành quân

hành quân không khó khăn gì

khởi đi lững thững đến khi lừng khừng

súng cầm tay đạn quấn lưng

vừa bước vừa ngó lung tung đất trời

trong đầu cứ nghĩ dạo chơi

tự nhiên thanh thản như hồi gác cu

dĩ nhiên không phải cái ngu

chỉ cái nghĩa vụ thiên thu để dành

hành quân có dữ có lành

gặp dữ bỏ mạng gặp lành lên lon

một nhành dương liễu con con

đổi cái tính mạng còn son cũng buồn

riêng tôi luôn giữ bình thường

không có nón sắt súng trường theo chân

áo giáp đè nặng tấm thân

nhỉnh hơn bốn chục tính quần áo luôn

LUÂN HOÁN

tôi đi thở hít khiêm nhường

nghe trong buồng phổi có luồng khí thơ

mục tiêu không có bất ngờ

ngoại trừ quân địch dật dờ vuốt râu

hành quân giản dị vậy thôi

tôi xem như cuộc dạo chơi thường ngày

Phục kích

chia quân nằm bọc ngã ba

sát bờ tre đất ngó ra mặt đồng

chạng vạng gió mát thong dong

chạy qua khuôn mặt trầm ngâm ngó chừng

thế ngồi không được thẳng lưng

vo ve con muỗi chích sưng má sần

càng chờ càng thấy bâng khuâng

bỗng dưng hồi hộp tay chân mỏi nhừ

chân đêm nặng bước từ từ

bóng ma còn mãi ngần ngừ nơi đâu

trái mìn bấm nép phía sau

một nhúm lá dại khô lâu ngày rồi

LUÂN HOÁN

chờ hoài không thấy con mồi

nghĩ chơi một đoạn thơ rời linh tinh

đêm im lặng đất làm thinh

bẻ ngón tay chợt rùng mình thở sâu

tin tình báo dỏm mất rồi

nửa khuya đành bỏ cuộc chơi rút về

bài thơ phục kích chưa hề

viết ra nhưng đã nằm kề trái tim

Quan sát một điểm đến

có tiếng chim cu vọng trong vườn
giọng trầm giọng bổng thật du dương
mắt nhìn không thấy nhưng thầm đoán
cây mít phát ra tiếng gáy buồn

mươi ngọn cây lùn rải rác quanh
mái nhà không hẳn lợp bằng tranh
đợi hoài không thấy đâu làn khói
thổi bữa cơm chiều vương mong manh

chẳng một bóng người thoáng hiện ra
nhìn qua ống nhắm gió nhạt nhòa
ngó bằng đôi mắt lòng như gặp
xóm nhỏ một thời thơm lá hoa

không biết trái mìn chôn ở đâu
nơi lu chứa nước hay chuồng trâu
đường dây cước nhỏ gài lựu đạn
những mối nhện giăng đợi đã lâu ?

ta một con mồi sẽ vướng chân
bước vào có thể nát tan thân
lối đi không thể quay đầu lại
quan sát có vơi bớt ngại ngần ?

Đi lãnh súng

sự vụ lệnh nhét túi quần

cột giày xuống núi lòng mừng vu vơ

mỗi lần đi nhiều bất ngờ

bất ngờ tuyệt nhất tình cờ gặp em

nắng trời thắp sáng ngày lên

cây xanh lá hát hai bên lề đường

mặt mũi ta quá dễ thương

thong dong huýt sáo điệu quê hương tình

đi lãnh súng cho tân binh

bổ sung quân số làm mình hân hoan ?

đeo lon mang súng đàng hoàng

ông thầy hạt muối lạc quan quá trời

LUÂN HOÁN

tân binh có cái để chơi

riêng ta có dịp ghé nơi em chờ

đời sống lính tính từng giờ

từng giây từng phút bất ngờ thường xuyên

được cả một ngày bình yên

dù trong di chuyển dữ hiền chưa hay

ngồi trên xe chạy như bay

ta đang trở lại những ngày thanh xuân

Một ngày N+

mỹ nhân tự cổ như danh tướng
bất hứa nhân gian kiến bạch đầu
Triệu Yến Tuyết

đương nhiên ta chẳng là danh tướng

chắc chắn ta đây được bạch đầu

bạc tóc nghĩa là đời trường thọ

cần chi lo nghĩ chuyện hôm sau

hôm nay vẫn thở như mọi bữa

sáng dậy vươn vai hít khí trời

chân tay da dẻ hồng hào lắm

dù nắng ăn đen mặt mũi rồi

có tiếng gì vang vô cùng nhẹ

là sương trên lá chợt se mình ?

trong ta nhịp máu đi khe khẽ

vạn vật chung lòng đón bình minh

LUÂN HOÁN

ngày mới từng giây êm ả tới

vườn xác xơ chào đón hồn nhiên

hình như quên hết trăm trận đánh

tận diệt cỏ hoa mặt đất liền

có cánh chim về không chỗ đậu

vừa bay vừa hót thật vu vơ

ta nghe rất rõ lòng ta nói

mỗi phút đời qua những tình cờ

Binh chủng đầu quân

ta thuộc binh chủng Bộ Binh
đánh đấm lẻ tẻ linh tinh tà tà
hành quân như chuyện đàn bà
đi chợ chổm hổm gần nhà thế thôi

sáng đi chiều mai về rồi
lắm khi tuần lễ vui chơi chiến trường
băng vườn núi, lội sình bùn
lặp đi tái lại bình thường quanh năm

gạo sấy lựu đạn dao găm
mấy món thường trực đồng tâm bên mình
món nào cũng được trái tim
con người ấp ủ trở nên tuyệt vời

ta không hào hoa, bụi đời
chân tay gân guốc đậm mùi nhà quê
hơi thở rượu đế thuốc rê
miệng môi lạ tiếng chửi thề ba hoa

LUÂN HOÁN

không hiểu động chẳng nhẩn nha

lấy thân mở lối, chiến xa theo vào

nằm chịu trận thay chiến hào

nhường phần trừ bị nhảy vô công đầu

huy chương lãnh được rất ngầu:

bụi đóng lởm chởm chân râu dưới cằm

lầm lì lâu thành cà lăm

cũng là một thứ thay ngầm bằng khen

lão làng tập được thói quen

bình tâm nhật nguyệt mon men theo đời

còn thấy đất còn nhìn trời

vui thú tùy lúc, ngậm ngùi tùy khi

chẳng lính giấy, chẳng lính chì

chỉ là xương thịt biết đi đứng và

tình người còn rất đậm đà

hận con chó thương con gà tùy nghi

giữ được mạng sống dễ gì

thiện chiến giai đoạn trường kỳ khó phân

ta vui được là cù lần

bảo toàn súng đạn cục gân sống đời

LUÂN HOÁN

Làm tình ngoài mặt trận

làm tình hiểu theo nghĩa đen
là yêu em có gió trăng tuyệt vời
cần gì giải thích lôi thôi
cái chuyện chăn gối sướng vui thế nào
làm tình là chuyện thanh cao
vượt mọi nghi lễ mừng chào đón nhau
làm tình nghĩa bóng thật sâu
còn hơn cả viết được câu xuất thần
trong tâm trong trí lâng lâng
trong tim trong máu rần rần lưu thông
làm tình giữa lúc hành quân
đa phần là chỉ nhớ nhung người tình
tưởng em đang thở bên mình
đang véo đang ngắt hiển linh vô cùng
tôi trong sự nghiệp hành quân
làm tình trong giấc mơ hừng sáng thôi
cái giờ thường an toàn rồi
lính thức tôi thiếp vài hơi chập chờn

Điều Ước

1.

xưa người da ngựa bọc thây
chừ *poncho* gói xác này khỏe re
chết rồi cần chi màu mè
miễn kín xương thịt máu me đẹp rồi

số ta chắc hưởng dương thôi
chữ thọ có vẻ xa vời cao sang
lính chết trận mới vẻ vang
quân bạ thêm được nét vàng trổ hoa

sống lâu, chết chỉ thành ma
hy sinh sớm dễ hóa ra anh hùng
dù vô danh đến vô cùng
tiếc thương của nhúm sống chung gia đình

ngày mai trúng đạn đạp mìn
chết ngay khỏi phải hành mình bị thương

2.

nếu rủi trời bắt bị thương

xin đừng hủy cái mồi hương ái tình

mọi bộ phận thuộc thân hình

cũng đều tinh túy của mình cả thôi

năn nỉ thần thánh ông trời

thận trọng cân nhắc chúng tôi được nhờ

xin cho bị thương sơ sơ

vừa đủ đi phép nhởn nhơ ít tuần

chúng tôi sẽ không quay lưng

ra ngoài cuộc chiến nửa chừng được đâu

đã đành cái chuyện đánh nhau

người cùng ngôn ngữ đau đầu thường xuyên

được làm người đã là duyên

đừng để thượng đế buồn phiền, tội ông

Thèm về phép

thèm về cởi *botte de saut*

kéo đôi dép nhật ra vô thềm nhà

tiện tay quơ cái chổi chà

gom bụi và rác phân gà quanh sân

nhổ cây cỏ cú phong trần

ở đâu tới đứng chần dần tỉnh bơ

thèm về cởi áo *maillot*

sẫm màu cứt ngựa ngọt ngào mồ hôi

mình trần nằm ngửa thân phơi

vui tay cạy lỗ rún chơi an bình

đùa cùng mấy sợi lông xinh

mọc quanh cái chỗ nối tình mẹ con

thèm về vứt súng lột lon

cởi bỏ quân phục giữ non nước nhà

mặc xà lỏn dạo tà tà

lối tre ngõ trúc đường ra thị thành

nhìn em che mặt liếc nhanh

miệng cười chúm chím hiền lành làm sao !

LUÂN HOÁN

thèm về sống lại thuở nào

cái thời chạy nhảy chui rào tắm sông

cái thời đã lớn chồng ngồng

bẫy cu đá dế bẻ bông nhà người

những đêm mùng một ba mươi

cắp chuối người cúng mù mù hiên khuya

thèm về ngày nọ tháng kia

ba năm làm cậu nhà quê tuyệt vời

Lính già

da ta ăn nắng quá nhanh

mới vài ba bữa đã thành tây đen

người bé như con lăng quăng

búng lăn chiêng giữa mặt bằng tử sinh

may nhờ bụi rác bùn sình

thân thương bén rễ thân hình khỏe ra

mới lên hâm bảy đã già

ưu tư chiến cuộc hay là thiếu hơi

cô em bầu bạn trong đời

mươi tuần cách trở núi đồi chia ngăn

đêm nằm ngắm đỡ vầng trăng

mò mày thương nhớ làm nhăn rối tình

cái lon chuẩn úy mới tinh

vừa sơn đen lánh không xinh chút nào

gắn lên rồi lại cất vào

túi áo có nắp cùng thơ mới làm

nằm chung với cái la bàn

chỉ hoài một hướng có nàng nằm mơ

dễ gì có thể tỉnh bơ

già thì già cứ làm thơ như thường

nhà binh nhà nguyện nhà thương

rồi đến nhà xác cũng bình thường thôi

đã lên hâm bảy tuổi rồi

nhị thất... gì nhỉ - hán tồi... bỏ qua

này cô em gái đàn bà

ta già sớm bởi em là đó nghe !

Hạnh ngộ tình cờ

ít khi hỏi được tên em

cũng đâu cần biết họ tên làm gì

Gái, Lành, Tuất, Lụa... chi chi

cũng đều có nét nữ nhi tuyệt vời

em xinh, thẹn đẹp thêm thôi

ít xinh, mắc cở thành người dễ thương

tôi không là kẻ qua đường

là người đi giữ bốn phương quê nhà

gặp em chỉ dám ngó qua

để vừa đủ nhớ hương xa có gần

để cho lòng chợt lâng lâng

gắng yên tâm quảy phong trần lên thân

mười em có đến chín lần

gởi cho liếc mắt bâng khuâng ân tình

không xinh từ đó cũng xinh

tôi chưa được cũng thấy mình đào hoa

hạnh phúc mờ ảo thoáng qua

vừa vẹn đủ sức xông pha chiến trường

tạ ơn các em dễ thương

được gặp vội vã trên đường hành quân

Binh Nghiệp

thời gối-súng-tìm-thơ dài hay ngắn
gần ba năm trời ngun ngút mù sương
có gọi được chăng một đời binh nghiệp
dù đủ, thơ, máu, nước mắt, vết thương ?

rời quân trường, có mươi lần đã bắn
con cu gù, mương cá, trái cây xanh
buồn mấy bữa khi hạ con rắn lục
trên đồi Văn Bâng một sáng lạnh tanh

vạn vật như người, giàu tình ân oán
rắn trả thù nên ta dính chấu liền ?
may chỉ trầy da mà chưa tróc vảy
về trả bài xong, vào lội liên miên

cái nghiệp hành quân có vui có khổ
phục kích, mở đường, đổ bộ, xung phong...
chẳng khác gì nhau sống đời tác chiến
Biệt Động, Nhảy Dù, Hắc Báo, Bộ Binh...
trách nhiệm giữ nhà chia đều binh chủng

danh dự quê hương từ mỗi chính mình

trong đoàn hùng quân, ta dòng chủ lực
thanh toán, truy lùng, bình định, cầm chân...
màu áo ô liu hương bùn mùi đất
nắng phơi ruộng khô, mưa thấm lưng rừng

tuy không nói ra nhưng ta hãnh diện
đã có chút gì đích thực con trai
quân sử không tên, chìm vào quên lãng
một chặng đời thơm suốt cả đời dài

trời đã thương tình khi cho ngã ngựa
sứt mẻ xíu xiu quả thật may rồi
giữ được trái tim dưỡng nuôi trí óc
dẫu rất bọt bèo cà nhắc cuộc chơi

ngồi nhớ dông dông ba đồng bảy đổi
đời binh nghiệp mình đóng dấu trên thân
cái triện lâu ngày thâm màu máu đỏ
cõi buồn hư vô thiếp dưới khoảng chân

NGAO DU CÙNG VŨ KHÍ

Chờ đợi định mệnh

ếch nhái kêu vang chạng vạng rồi

đến phiên kích giặc đợi đêm trôi

dẫn quân đi dọc trên bờ ruộng

đôi vị sao treo hờ giữa trời

báo tọa độ nằm cho cấp trên

nhá nhem thoắt đã tối mông mênh

dặn chừng thằng nhỏ im vô tuyến

hết việc phải làm, nằm nhớ em

gió thổi hiu hiu như chuyện trò

càng khuya càng rõ tiếng nhỏ to

giữa cây lá với muôn mầm sống

thở nhẹ hít sâu những hẹn hò

đêm nặng hay lòng nặng mỗi canh

đầu đêm cố thiếp đi thật nhanh

để khuya còn thức nằm chờ đợi

số phận con người trong chiến tranh

Một Thuở Ngựa Hồng
Trên Đời Thơ Luân Hoán

MH Hoài Linh Phương

"Đồi 25, đồi 30", "địa hình", "căn cứ".
Vang rừng chồi xanh ngắt bước quân ca.
Dây tử thần... như tráng sĩ Kinh Kha
Kiêu dũng lắm, đời chiến binh gian khổ
Nung chí trai nơi thao trường nắng gió
Quyết một ngày về nối dải non sông
Đồi Mẹ Bồng Con ôm ấp trong lòng
Gươm súng khắc ghi lời thề son sắt..."
(Với người một thuở Cư-An - MHHLP)   (1)

Như một cơ duyên không tên gọi, thật tình cờ tôi gặp lại Luân Hoán trên trang Vuông Chiếu của anh cách đây khoảng ba năm, trong khi lang thang đi tìm địa chỉ một người làm thơ trên Blog.

Trước 1975, tôi chỉ là một cô bé con làm thơ tình học trò với đầy ắp mộng mơ, lãng đãng vu vơ bên ngoài khung cửa lớp. Nhưng đâu đó…bên cánh phượng vĩ ép khô cuối mùa, tôi cũng đã từng đọc thơ anh trên những tạp chí, nguyệt san văn học.. cùng với Mường Mán, Trần Hoài Thư, Cao Thoại Châu…

Nhưng người rồi xa, đời rồi qua….

Bao nhiêu năm xứ người, tôi chìm trong một góc riêng lặng lẽ, với sách vở trở lại trường, lãng quên dòng văn học Việt vẫn âm thầm chảy trên nghiệt ngã, nổi trôi của người ly xứ, mà Luân Hoán vẫn không nguôi thở những hơi thơ ấm áp, dạt dào trên Vuông Chiếu cùng bằng hữu.

Và tôi đã đến, ngồi cùng anh trên Vuông Chiếu đó, tưởng chừng như đã đậm tình thân, dù chưa lần gặp gỡ.. trong từng chiếc lá thu phai, giữa mùa đông đến sớm, hay xuân muộn, hạ vàng nắng đỏ đường vui…

Tôi gặp lại tôi qua "Hoàng Tiểu Thư". Tôi ngậm ngùi tôi với "Thay Trả Lời". Tôi ướt mắt miên man về một thời tổ quốc điêu linh "Ngao du cùng vũ khí"….

Như một tấm gương soi, tôi nhìn tôi trong đó….

Khi nhận lời viết cảm nghĩ về thơ anh, là lúc tôi vừa trải qua những cơn mộng dữ của thời gian buồn im nhất. Nhưng một chặng đời thơ anh của một Việt Nam đau thương với súng đạn vô tình để quyết dành từng tấc đất cho lý tưởng tự do đã dỗ dành trái tim tôi đừng khóc nữa…

Theo chân Luân Hoán, ta hãy cùng nhau "Ngao du cùng vũ khí", trên một chuyến tàu ký ức, nhìn lại một bến bờ tưởng đã nghìn xa…

Xếp áo thư sinh, chàng tuổi trẻ lên đường theo tiếng gọi của hồn thiêng sông núi. Những ngày tháng bắt đầu cho quân phong, quân kỷ, nhưng vẫn nghe phảng phất chút hương hoa của người ở lại:

"Tìm đâu ra được tấm gương
Soi lại mái tóc đời thường vài giây
Hương gì vuốt rối ngón tay
Tình em ủ ấm trong này còn thơm"
(Đêm xuống tóc, NDCVK, trang 14)

Nắng gió quân trường Tăng Nhơn Phú vẫn nhẹ như mây khi người sinh viên sĩ quan có chút dí dỏm tự trào:

" Đồi Tăng Nhơn Phú trọc đầu
Còn tên lính sữa lâu lâu nằm dài. ".…
…

" Đồi Tăng Nhơn Phú chiều vàng
Gió bay mặc gió, lòng hoang mặc người"
(Đồi Tăng Nhơn Phú, NDCVK, trang 15)

Những bãi tập, sân bắn, dây tử thần, dây tự tin, tụt Giả
Sơn… vẫn không làm nao lòng người lính chiến:

"Góc ba mươi nhón lấy đà
Buông chân ăn nhịp tay tà tà rơi
Gió lồng khô giọt mồ hôi
Giả Sơn cũng chỉ trò chơi bình thường"
(Tụt Giả Sơn, NDCVK, trang 16)

Và ngụy trang theo từng bước quân đi:

"Khắp người cài giắt lá xanh
Làm cây di động tập hành quân xa"
(Ngụy trang, NDCVK, trang 17)

Rồi đến giờ địa hình quan trọng, như một dấu mốc căn
bản trên đường hành quân, nhưng hơi thơ lục bát của
Luân Hoán nghe ra vẫn có gì nghịch ngợm:

"Trước tiên thám thính địa hình
Thử chấm tọa độ xem mình đứng đâu"
.…

"Thật khó học được hờn căm
Ghét người quả thật khó hơn thương người"
(Giờ địa hình, NDCVK, trang 18)

Chấp nhận lên đường, nhưng tác giả vẫn chưa yên, còn
chút chạnh lòng với kẻ thù cùng chung màu da, tiếng
nói. Cái tâm của Luân Hoán vẫn ngun ngút tình người

trong hơi thở Việt Nam. Anh đã chênh vênh theo những khúc tình ca gọi người về từ bên kia giới tuyến:

"Về đây nghe tiếng nhớ thương
Tiếng lòng dân tộc, mở đường tự do.."
(Đi đầu thai, NDCVK, trang 126)

Tôi không nghĩ thơ anh phản chiến như anh hồn nhiên tự nhận khi không thể nào gửi bài đăng ở nguyệt san Chiến Sĩ Công Hòa – tiếng nói của những người lính quốc gia chân chính. Mà hãy lắng lòng nhìn thẳm sâu một Luân Hoán, đã đứng trên những bi thương khi cuộc chiến đã kết thúc với nỗi quặn đau của miền Nam bị bức tử, với tất cả hào hùng của một người cầm súng cho lý tưởng tự do qua hồi ký rời chan chứa yêu thương, quặn thắt về ngôi trường Mẹ đã hun đúc chí nam nhi:

"Trường Bộ Binh Thủ Đức thân yêu của tôi, hậu thân của trường Sĩ Quan Nam Định, ra đời năm 1951. Qua bao thăng trầm biến động của lịch sử, đã thật sự khép lại một trang đời anh dũng với gần 70 khóa, đào tạo hơn 55 ngàn sĩ quan trừ bị cho Quân Lực Việt Nam Cộng Hòa. Là cựu sinh viên sĩ quan, đã biết đổ máu cho chính nghĩa, cho tự do, chúng tôi không dấu những tự hào của mình. Chúng tôi vẫn là những người chiến thắng trong cuộc chiến bảo vệ tình người, bảo vệ nhân phẩm"
(Những ngày đầu quân và thời ở KBC: 4100 – LH, Hồi Ký Rời)

Chín tháng quân trường rồi cũng trôi qua, cung kiếm tang bồng mười phương, tám hướng… Nhưng nghe như tiếng thở dài quyến luyến về một nơi chốn đã rèn luyện chí trai:

"Hàng cây, con đường làm thinh
Gió không lên tiếng tiễn mình buồn chưa?"
(Ngày ra trường, NDCVK, trang 26)

Đề tài trong sinh hoạt quân trường của Luân Hoán rất phong phú, đa dạng. Là một bức tranh phác họa toàn cảnh từ sân bắn, bãi tập, đồi 25, đồi 30, ngụy trang, địa hình, mặt trận giả, vượt sình lầy, đến nếp sống sinh viên sĩ quan từ trực đại đội đến ngày phép rong chơi phố xá, quân phục đi phép, hình ảnh kỷ niệm với bạn hữu .v.v....

Rất chân tình, với những lời tâm sự đầy kiêu hãnh, sau vài năm từ giã trường xưa:

"Viết bao nhiêu cũng không vừa
Một đời giang nắng dầm mưa quân trường
Bốn ngàn một trăm (4100) muôn năm
Ít ra là ở trong lòng của tôi"
(Vài năm sau, NDCVK, trang 27)

Từ chiến tuyến xa xôi, hồn vẫn hướng về thành đô vào ngày 19 tháng 6. Nơi ấy, trong đoàn hùng binh của Trường Bộ Binh Thủ Đức, chân anh đã từng nhịp bước bên bạn bè vang khúc hùng ca, mừng Ngày Quân Lực Việt Nam Cộng Hòa rạng rỡ núi sông.

"Muốn bắn vài tràng thay pháo nổ
Nhưng thôi pháo đã nổ trong lòng"
(Ngày Quân Lực 1969, NDCVK, trang 328)

Tiếng lòng của một người thơ cầm súng nhẹ như sương, hiền như lá, nhưng đong đầy nhiệt huyết của tuổi trẻ Việt Nam. *"Thơ bỗng thay mình chào núi sông"*.

Bước chân quân hành của anh đã đi qua những địa danh của Vùng I Chiến Thuật và tham dự những trận đánh ở Sơn Tịnh, Sơn Mỹ, Nghĩa Hành, Nghĩa Hưng, Đức Phụng, Đức Hải, Núi Tròn, Núi Ngang, Mộ Đức, Trà Bồng, Quảng Tín, Văn Bâng, Bình Đê, An Mô, Lâm Lộc, Sơn Kim, Phú Sơn…

Tôi chợt nghe mình lặng đi giây lát… Bởi những câu thơ dễ thương nhưng pha lẫn xót xa của một người con gái Sài Gòn mang tên Ý Quân gửi về giày saut, áo trận, đóng quân trên miền đất Quảng Tín bé nhỏ, hoang vu một thời nào… vẫn còn đầy trong ký ức…

"Em bé nhỏ dưới giày saut anh bước
Đường anh đi thương biết mấy cho vừa?
Mai anh về, trời Quảng Tín có mưa?
Xin hãy nhớ lệ buồn em nhỏ xuống"
(thơ Ý Quân)

Trên đường di quân, trái tim người lính trẻ cũng đã một thoáng xôn xao, như chút ngọt ngào tạm quên đoạn đường chiến binh gian khổ:

"Nếu mà không bận hành quân
Tôi đây quyết rủ em cùng ngồi chơi
Kể em nghe chuyện trên trời
Dạy em biết chuyện hai người yêu nhau
Vườn nhà em có sẵn cau
Tôi nhờ chú lính mua trầu về ngay"
…

Má em hồng như trái đào
Hương mưa, hương nắng trộn vào hương môi
Hương em cộng với hương tôi
Thành hương trời đất, hương người biết yêu"
(Thôn nữ Mộ Đức, NDCVK, trang 88)

Chất lãng mạn đã bay cao hơn khi từ chiến trường nhận thư Xuân của người em gái hậu phương còn vương màu mực tím:

"Thư em từng chữ bọc nhung
Từng câu bọc lụa, khiêm cung thật thà
Ta là " lính trận miền xa"
Nhưng hồn đang quấn hiên nhà của em.

Chỉ nhìn không dám đọc tên
Đã vang từng tiếng nhịp tim nồng nàn
Đêm nay chắc được mơ màng
Ngay trong phiên gác rừng hoang sao trời

Tên em thật, giả cũng vui
Tình em giả, thật cũng bùi ngùi thương
Tạ tình em gái hậu phương
Cho ta vài phút chợt thương chính mình"
(Thư Xuân em gái hậu phương, NDCVK, trang 161)

Như một lời khẳng định, người lính Việt Nam Cộng Hòa trong nhiệm vụ bảo quốc, an dân, chỉ giữ lại chút hương thơm nhẹ nhàng sương khói.

"Tôi không là kẻ qua đường
Là người đi giữ bốn phương quê nhà
Gặp em chỉ dám ngó qua
Để vừa đủ nhớ hương xa có gần"
(Hạnh ngộ tình cờ, NDCVK, trang 354)

Lục Bát của Luân Hoán dễ dàng, gần gũi... nhưng vẫn đậm chất thơ, giàu chất nhạc với lời cám ơn tha thiết, chân tình:

"Cám ơn vài mái tóc dài
Cho lòng cư ngụ trổ tài linh tinh

Đi cùng cuộc sống bộ binh
Tôi tha thiết trổ nhánh tình thanh xuân"
(Chỗ cư ngụ thời săn người, NDCVK, trang 262)

Trở lại chuyên buồn vui đời lính, Luân Hoán nghịch đùa, ta thán:

"Cả đời chưa trói con gà
Đá đít con chó, vậy mà… cầm quân"
(Tôi thời tác chiến, NDCVK, trang 40)

Như để giễu cợt chính mình:

"Không anh hùng, cũng hiên ngang
Làm người lính trận Việt Nam Cộng Hòa"
(Một lần ngớ ngẩn, NDCVK, trang 216)

Súng đạn vẫn vô tình… Thời chinh chiến xưa nay đã có mấy người đi trở lại:

"Túy ngọa sa trường quân mạc tiếu
Cổ lai chinh chiến kỷ nhân hồi"
(Lương Châu Từ - Vương Hàn)

Ở một góc rừng nào, trong trận giao tranh, những giọt máu anh đã đổ xuống… Được tải thương về bệnh viện Dã Chiến I, anh vẫn lạc quan, an nhiên giễu đời, đùa vui, cười cợt về mạng số:

"Khi chuyển đến nhà thương
Mang gọn tên Dã Chiến
Ta lận theo lá bài
Bức thư tình mới nhận
Rõ ràng ta đã tin
Bổn mạng mình vững số
Và biết chắc tình em
Không xù dù có cớ."
(Khi nằm bệnh viện Dã Chiến 1, NDCVK, trang 92)

Với tâm trạng trên, Luân Hoán tự trào nếu may mắn sẽ được thăng cấp trong nến, hoa "Tổ Quốc Ghi Ơn, Bảo Quốc Huân Chương kèm Anh Dũng Bội Tinh với nhành dương liễu":

"Cuộc đời được gọi cuộc chơi
Cuộc chiến một đoạn cuộc đời phù du
Nghệ thuật sống biết ngao du
Coi sinh tử nhẹ nhàng như nhau... là

Vui chơi thơ súng tà tà
Cùng em xinh đẹp trong ta ... sống còn
Nếu may... Tổ Quốc ghi ơn
Gắn nhành dương liễu lên lon bất ngờ

Sớm được đưa lên bàn thờ
Công thành danh toại ngoài mơ ước rồi....
(Ngao Du cùng vũ khí, NDCVK, trang 9)

Cũng tưởng chừng như cái cao ngạo với nụ cười châm biếm của Tú Xương trở về trong thơ Luân Hoán:

" "Trời kêu ai nấy dạ"
Riêng ta chắc chỉ Ừ
Nên chắc ông Trời ngán
Không thèm gọi thằng hư"
(Làm dáng, NDCVK, trang 174)

Tự nhận mình là một người lính trừ bị, nhưng vẫn ưa chuyện chiến trường:

"Chỉ là tay súng trong mùa
Động viên nhưng lại rất ưa chiến trường"
(Tôi thời tác chiến, NDCVK, trang 40)

Và có phải từ đó, mà tác giả bỗng chua chát hơn khi nhận ra nỗi khổ triền miên của người dân quê nghèo trong chiến tranh nghiệt ngã, khi tuổi thơ bị đánh mất, bị tàn phá bởi đạn bom. Nhà đã cháy. Người đã chết.

"Trời chẳng động lòng cho cơn mưa đổ
Ta xuôi tay cam đứng tần ngần..."
....

"Ta quay gót hận mình bất lực
Chiến tranh ơi, máu mủ tương tàn
Đâu ranh giới của hai chiến tuyến
Ai chọn giùm ai một chỗ dung thân"
(Lửa cháy tuổi thơ, NDCVK, trang 140)

Nhưng vẫn còn chút gì êm ả khi nghe một tiếng hát quen từ thành phố vọng về, như khúc tình ca hàng hàng lớp lớp. Hình ảnh Đặng Dung hào khí mài kiếm dưới trăng bỗng soi bừng trong trí tưởng:

"Lính bố trí quanh khu vườn rộng
Mơ hồ nghe giọng hát Hoàng Oanh
"Anh đi chiến dịch" bi hùng quá
Giòng nhạc trôi cùng ánh mắt xanh"
....

"Đang nghĩ về em, lòng sao lạ
Nhìn trăng chợt nhớ... tướng Đặng Dung
Đầm đìa hương nguyệt lưng đầu bạc
Hương kiếm mài thơm chí anh hùng"
(Trăng đêm xóm Ngọc Điền, NDCVK, trang 62)

Chuỗi ngày hành quân, chỉ nhìn thấy đồi núi vây quanh, vẫn không làm phai nhạt mộng mơ của người lính chiến:

"Ba ngày trấn giữ Phú Sơn
Đồi cao, núi thấp trên tròn, dưới vuông
Khói lên mây xuống buồn buồn
Nắng vô ra núi ngát hương xuân thì"
(Trấn núi Phú Sơn, NDCVK, trang 66)

Trên nẻo quân hành gian khổ, Luân Hoán luôn giữ trong ballot những tạp chí, nguyệt san, mang hơi thở thi ca của những khuôn mặt bạn bè văn nghệ cùng thời... Lâm Chương, Lê Vĩnh Thọ, Cao Thoai Châu, Trần Hoài Thư... để đồng cảm cùng nhau trên từng ngôn ngữ..
(Thói quen quân hành, NDCVK, trang 110)

Rừng tiếp nối rừng, những cuộc hành quân không giờ ngưng nghỉ:

"Đâu là Tam Quan Nam?
Đâu là Tam Quan Bắc?
Nơi đâu Mả A Sầu?
Nơi đâu cầu Nước Mặn?
Trước ta xanh nghít rừng
Sau ta sừng sững núi
Tìm môi hường lận lưng
Quả nhiên là quá khó
Hành quân, rồi hành quân
Để giày không kịp thở"
(Hành quân Tam Quan, NDCVK, trang 77)

Tuy nhiên, vẫn giữ vững một niềm tin tất thắng:

"Lội núi chưa bao giờ ta sợ
Hình như ngực mọc sẵn niềm tin
Lá bùa hộ mệnh thơm trầm ngãi
Hoa lá mưa mây trộn tiếng chim."
(Mặt trận Phước Sơn, NDCVK, trang 90)

Chấp nhận, nhưng không bao giờ lùi bước:

"Quyết chẳng thể nào nằm đâu đó
Dù trên đất Mẹ, lòng quê hương
Ta nuôi tổ quốc trong hơi thở
Gắng giữ cho đời có yêu thương

Chẳng dám trách ai gây chiến cuộc
Quê nghèo nhược tiểu, không buông xuôi
Lặng xếp bản đồ cho vào túi
Thắp sáng tự do đứng thẳng người."
(Mục tiêu, NDCVK, trang 96)

Cũng có lúc dừng chân trên con sông Trà Khúc nổi tiếng quê em, bỗng nhận ra thân phận lạc loài, nổi trôi theo giòng định mệnh

"Ta người lính đang hành quân, được lệnh
Tạm dừng chân bố trí đợi, bất ngờ
Ngồi bên bờ chen cùng hoa cỏ dại
Lòng buồn buồn theo mắt ngó bâng quơ"
(Bên một đoạn sông Trà Khúc, NDCVK, trang 86)

Nên làm sao không mơ hồ trong hư ảnh:

"Nhớ em hôn cái chỗ nằm
Hơi ta còn đọng hương trầm từ em?"
(Thư gởi nhân tình trăm năm, NDCVK, trang 134)

Nhưng trên đoạn đường chiến binh mịt mù lửa đạn, cận kề bên nhau, vẫn là tình đồng đội sáng ngời, chia xẻ hiểm nguy, gian khổ.

"Mày đừng vội chê tao hiền
Áp dụng chưa tốt cái quyền chỉ huy
Lính trận là phải biết lì
Sớm thành danh một tay chì hành quân"
(Thư gửi đồng đội cũ, NDCVK, trang 209)

Cùng chung trường Mẹ, lại gắn bó trên bước tử sinh đã là nỗi đau khổ không nguôi khi bâng khuâng nhớ lại sự hy sinh của một người bạn đồng môn.

"Bây giờ nói gì nữa?
Mày trả xong nợ đời

Món nợ của tổ quốc
Vay khi chưa ra đời"
(Cũng chỉ vậy, NDCVK, trang 190)

Ôm xác bạn vài phút trong tay trước giờ trực thăng cất cánh, Luân Hoán ngậm ngùi *"Mày đi nhẹ hơn thơ"*.

Trước đời sống và nỗi chết chỉ cách nhau một lằn chỉ mỏng, người lính cũng cần có chút men cay. Rượu như một người bạn quý, không thân nhưng dễ gần, cho cảm giác yêu thương hơn đời chiến binh mưa rừng, gió núi.

"Hớp một hớp chua chua, đắng đắng
Tu một hơi ngọt ngọt, cay cay"
(Rượu thời làm lính, NDCVK, trang 186)

Mang chút ngông nghênh "Uống rượu tiêu sầu" của Cao Bá Quát, Luân Hoán đảo ngược thơ ca, ngà ngà tỉnh thức:

"Kỳ vô phong giống nam vô tửu
Vô tửu rồi bứt rứt ngồi không
Nhớ mặt trận lòng đầy hậm hực
Bắn vào đâu, đạn đã lên nòng"
(Hớp rượu giữa khuya, NDCVK, trang 246)

Nhưng vẫn không quên:

"Vừa đánh giặc, vừa làm thơ
Vẫn luôn giữ vững ngọn cờ quốc gia"
(Theo câu vịn chữ, NDCVK, trang 142)

Và nỗi nhớ nhà đã mênh mông trong thơ Luân Hoán

"Núi cao, trời bao la
Oằn ruột nỗi nhớ nhà

Em yêu và cha già
Trước mặt mà xa quá!"
(Hoàng hôn xanh, NDCVK, trang 108)

Bóng dáng người mẹ rõ nét qua cánh cò trên mặt sông rộng, như một nén hương lòng kính yêu, tưởng niệm:

"Thả lòng qua ruộng, qua sông
Thương cánh cò trắng vẫy vùng buồn tênh"
(Đoạn viết ở Thu Xà, NDCVK, trang 54)

Lời ai ru con theo gió đưa xa, bỗng cho hồn chông chênh, xúc động. Có phải ta chỉ thực sự là ta khi bên đời ta vẫn còn có mẹ?

"Xuống rừng khói đạn chưa nhòa
Chợt quần áo trận thơm hoa bất ngờ
Lời ru mầu nhiệm hơn thơ
Mang ta trở lại đời bao la tình
Vườn nhà cây lá lung linh
Tạ ơn giọng hát ấm tình ru con
Bước chân lững chựng chưa mòn
Nhờ lòng Mẹ bọc gót son theo đời..."
(Tạ ơn giọng hát ru con bất ngờ, NDCVK, trang 116)

Đời lính phong sương với núi rừng ngút ngàn, giăng phủ..., nhưng khi được về phép qua phố đông vui, Luân Hoán cũng không khỏi se lòng:

"Phố vui làm mình thêm buồn
Thấy em nào cũng thoảng hương học trò...."
(Một lần đi phép thường niên, NDCVK, trang 120)

Chinh chiến quê hương trải dài trong thơ Luân Hoán, dù anh vẫn ví như mình vào cuộc ngao du vui chơi cùng vũ khí. Và anh đã thực sự vĩnh viễn rời bỏ cuộc chơi, khi một bàn chân trái đã gửi lại cho chiến trường vào mùa xuân 1969.

"Giã từ vĩnh viễn cuộc chơi
Giã từ một chặng đời tôi, bất ngờ"
(Rách áo, rời hàng, NDCVK, trang 316)

Chỉ khoảng hơn hai năm mặc áo lính, nhưng những nét
chấm phá trong thơ Luân Hoán, đã cho chúng ta hình
dung được cả một tuổi trẻ Việt Nam thật sống động,
hào hùng.

"Tuy không nói ra, nhưng ta hãnh diện
Đã có chút gì đích thực con trai
Quân sử không tên, chìm vào quên lãng
Một chặng đời thơm suốt cả đời dài"
(Binh nghiệp, NDCVK, trang 356)

Dưới góc nhìn của một người cầm bút có suốt tuổi thơ
ngây "đại bác đêm đêm vọng về thành phố", tôi thành
thật ngưỡng mộ và cám ơn anh – người đã để lại một
phần thân thể trên chiến trường cho những người còn
sống hôm nay trong hơi thở tự do trên vùng quê hương
mới. Tiếng thơ anh sẽ không bao giờ tắt, bởi tự nó đã
là những lời tự tình dân tộc. Như bước chân mùa thu
âm thầm trong gió. Lặng lẽ trên từng khúc hát yêu
thương. Từng mùa, và từng mùa.. Trong chờ mong
mênh mang bất tận.

M.H.HOÀI LINH PHƯƠNG
Washington D.C tháng 11/2013
thơ M.H. Hoài Linh Phương

(1) Cư An Tư Nguy: tôn chỉ trên phù hiệu của các sinh viên
sĩ quan xuất thân từ trường Bộ Binh Thủ Đức Quân Lực
Việt Nam Cộng Hòa.

MH Hoài Linh Phương, tên thật Huỳnh Thị Mỹ Hương, bút hiệu khác Sóc Nâu, sinh tại Sài Gòn, ái nữ một tiến sĩ Công Pháp Luật Khoa SG, cựu đại tá QLVNCH. Hoài Linh Phương học Vạn Hạnh và Minneapolis Technical College, USA, Twin Cities Rise MN, USA. Sau khi định cư tại Hoa Kỳ từ năm 1993. Bắt đầu làm thơ đăng báo từ năm 1963, có bài trên nhiều tạp chí, thi phẩm đã xuất bản Thơ Hoài Linh Phương (bìa Trịnh Cung, 1971).

ngao du cùng vũ khí

uân hoán

Về Tập Thơ Lính
In Muộn 47 Năm

Luân Hoán

Thơ viết trong giai đoạn cầm súng, xin gọi nôm na là thơ lính, của tôi khá nhiều, khó có thể nêu lên số lượng chính xác. Sự ra đời của chúng, dĩ nhiên ăn khớp với hơi thở của thời nhức nhối chiến tranh. Một phần thơ đã được trình diện trong những trang giấy mang tên *Viên Đạn Cho Người Yêu Dấu*. Phần còn lại, có rất nhiều hao hụt, vừa được nhuận sắc sau một thời gian dài bỏ chúng ẩn núp, nám bụi ở quê nhà. Tuy chỉnh sửa sơn phết, nhưng dung mạo, hồn vía căn bản của chúng vẫn không khác xưa bao nhiêu. Những thô thiển trong ngôn từ, những vụng về, ấu trĩ trong suy tư vẫn còn đấy, và hy vọng qua chúng, bạn đọc còn có thể hình dung, gặp lại một thời khói lửa khá rõ nét.

Có thể tôi là người bất nhất, thường bị ngoại giới chi phối mạnh mẽ. Cảm xúc của người lính trong tôi cũng từ đó khá tùy tiện. Thật dễ thấy điều này qua những phơi bày vui buồn trong sáng tác. Nếu *Viên Đạn Cho Người Yêu Dấu*, u ám những bi quan, thì *Ngao Du Cùng Vũ Khí* có phần sáng sủa lạc quan hơn.

Giữa cao điểm chiến trận của thập niên 70, cho trình diện *Viên Đạn Cho Người Yêu Dấu*, tôi không nhiều thì ít đã bị đánh giá là phản chiến, dù đang thường trực hành quân. Thơ lính của tôi lúc bấy giờ không được chấp nhận thờ trên Chiến Sĩ Cộng Hòa, Tiền Tuyến... Chúng chỉ xuất hiện lẻ tẻ trên Văn Học, Thái Độ... *Ngao Du Cùng Vũ Khí* chắc dễ chấp nhận hơn, nhưng hồi đó tôi ngại ngần nằm trong hàng ngũ "anh tiền tuyến" của các "em gái hậu phương", nên gần như không phổ biến.

Gần đây, tôi đã cho trình làng *Ngao Du Cùng Vũ Khí*, qua trang *web* cá nhân một thời gian. Có vài bạn đọc, vài trang *web* khác tiếp tay phổ biến lẻ tẻ. Tôi bỗng thấy hứng thú muốn in thành sách với một số lượng tối thiểu. Một là để chính thức làm giàu thêm số lượng tác phẩm riêng của mình. Hai là để tặng bạn đọc, nếu có yêu cầu.

Những thi sĩ, những nhà thơ, thường rất cẩn trọng trong sự chọn lựa những sáng tác của mình khi cho in. Một tập thơ của họ là những tinh túy riêng, được trang trọng trình bày trên giấy quí, có đủ không gian cho chữ nghĩa hít thở. Thường thường những ấn bản về thi ca như vậy có độ dày phù hợp với sự khiêm nhường nhiều mặt của tác giả. Tôi, có lẽ, chỉ là một người viết, lại chơi linh tinh nhiều thể loại, nên việc in thơ của tôi có chút ít khác. Dĩ nhiên tôi cũng thực thi chuyện chọn lọc rất khắt khe. Ngặt một điều, sau khi loại bỏ khá nhiều, số thơ đều tay, đọc được, vẫn thặng dư. Chúng thiếu chỗ trong khuôn khổ một tập thơ thường thấy, nếu muốn tập họp cùng một lúc, cùng một góc sống. Giải pháp tôi quyết định: cắt bớt không gian cư ngụ của bài thơ trên giấy. Cho chúng xuất hiện liên tục, nối sát chân nhau. Trang thơ sẽ giống như trang văn. Chuyện này tôi đã thực hiện trong thi phẩm *Ổ Tình Lận Lưng*. Tập *Ngao Du Cùng Vũ Khí* không quá dày nhưng cầm hy vọng không nhẹ tay lắm. Nhà văn Song Thao đã có nhận xét đại khái, tôi là người nhỏ con nhưng thích cái gì cũng lớn. Có phần đúng. Một người bạn khác nhắc nhở, muốn lớn cần phải có cái chi lớn tương xứng mới được. Chính xác luôn. Số lượng thơ lính của tôi lớn cũng dễ hiểu. Vì cùng sống với đồng đội, súng đạn, các thứ phụ tùng chiến tranh, tôi còn sống thường trực với thơ. Thời gian làm lính là giai đoạn tôi dư giả thì giờ nhất. Những chuẩn bị, lo sợ trước và sau mỗi cuộc hành quân, khó lấp đầy khoảng trống khá rộng trong đời lính chỉ chuyên nghề hành quân. Tôi là người thường xuyên mộng du. Không điếc, biết sợ súng, nhưng mang bệnh mê thơ nên cũng rất thường quên lửng bổn mạng mình. Những lần quên dễ thương này đã cho tôi những gì các bạn đang đọc. Nội dung bình thường không mới lạ.

Trước nhất, thơ lính của tôi khá linh tinh, tùy hứng lẫn tùy nghi. Một lần điểm danh trung đội, thấy thành phần của binh sĩ có đủ tình nguyện, thi hành đúng bổn phận, bị bắt lính... là có thơ ngay. Xác thực nhưng lộ rõ ý đồ châm biếm, đọc thử, bạn sẽ thấy:

tôi là trung đội trưởng
một trung đội bộ binh
xuất thân từ Thủ Đức
đang ngồi trước anh em
tâm sự:
những người nào ra đi chưa đến tuổi nhập ngũ ?
có 5 người đưa tay
những người nào ra đi theo đúng lệnh nhập ngũ ?
có 2 người đưa tay
những người nào ra đi sau khi về quân trấn ?
có 30 người đưa tay
(37 Người trong trung đội tôi – VĐCNYD trang 18)

Ngày trình diện nhập ngũ, làm thơ. Xuống tóc, làm thơ. Học thuộc số quân mình, làm thơ. Tình cờ thấy thiếu nữ liếc mình bên đường, làm thơ. Nghe lính hát nhạc thời trang, làm thơ. Nhìn bộ dạng du kích ở trần mặc xà lỏn đeo dây nịt đạn, làm thơ. Tắm suối, làm thơ. Đêm mưa ngủ trong chuồng trâu, làm thơ.

Suýt làm ẩu với em thợ may đồng thuận, làm thơ. Thao thức may tay, làm thơ. Đeo lon, làm thơ. Ngửi vớ, làm thơ. Ngồi đại tiện giữa đồng, làm thơ. Nhận diện thượng cấp, làm thơ. Phạt thuộc hạ, làm thơ. Nghĩ về anh hùng vô danh, làm thơ... Thượng vàng hạ cám đều có thơ cả thì làm sao những mở đường, đột kích, phục kích, tiến chiến mục tiêu, lội rừng, băng ruộng, nhảy trực thăng, tải thương, lãnh súng, lục soát, tác xạ, xung phong... có thể bình tâm không thơ thẩn ? Từ những lẩm cẩm nhỏ trở thành một bức họa đủ lớn cho một khoảnh đời.

Viết về bản thân, viết về đồng đội, viết về những người đối đầu, tuy trôi trên dòng xúc cảm, nhưng tôi luôn cố gắng không để lòng xa rời sự chân thật. Mỗi dòng thơ với tôi là một tấm gương soi. Đọc chúng, tôi phải thấy lại tôi, thấy lại sự việc không hư cấu, mới rung đùi, huýt sáo, gật gù.

Là một người làm thơ cầm súng, đứng cạnh thần chết thường trực, tôi cũng sớm biết quân bình sinh hoạt hằng ngày. Hạn chế rất nhiều những vớ vẩn lãng mạn. Mỗi lần tham chiến, đương nhiên phải nghiêm chỉnh khi họp hành quân, để hiểu đại khái về mục tiêu, khoanh chúng lên bản đồ. Nghe tình hình khả năng của địch. Nắm rõ những đơn vị bạn tham chiến, yểm trợ. Trước giờ xuất phát, kiểm soát quân số, lương thực, cấp số đạn, hệ thống truyền tin. Có lo sợ gì không lúc này ? Thật tình, sau vài trận đụng độ đầu, không thấy gì đáng lo sợ nữa. Cái gì đến sẽ đến. Cái gì ở đây là: rách-áo (bị thương), đi-phép-dài-hạn (tử trận), đơn giản chỉ có thế. Thời gian di chuyển, dù ngồi GMC hay lội bộ, đều có thể làm thơ, dĩ nhiên không dùng viết. Trong mọi cuộc điều động quân, gần như đều có một khoảng trống thời gian nhỏ dừng lại, đủ để chép vội những gì đang đựng trong đầu. Mươi phút trước và trong giờ xung trận, thơ tuyệt nhiên không đến phá đám những suy tính, đo lường, tiên đoán, quyết định lẫn phản xạ. Thơ rất dễ trở lại khi mặt trận hoàn toàn yên tĩnh, giữa những đám khói vô tư.

Mặt trận ở đâu ? Đó là tổng thể địa bàn có trách nhiệm lục soát, bình định, chiếm đóng, Một con đường làng, một xóm mồ côi, một bờ lạch, một mé sông, một sườn núi... không nhất thiết chỗ nào. Vùng xôi đậu của Quảng Ngãi khá rộng. Hơi thở của lính chính qui Bắc Việt có ở đây. Bám đất, nhảy núi đồng nghĩa với du kích. Trong mọi mặt trận, lội núi là điểm đến, tôi thích nhất. Vóc dáng, không gian rừng núi, vốn có ấn tượng tốt đẹp với thời ấu thơ, nên tôi không ngần ngại vay mượn chữ nghĩa để trải lòng khá nhiều, nào là *Trèo Núi Ngang, Trấn Núi Phú Sơn, Qua Đèo Bình Đê, Chạm Súng Ở Rừng Lăng, Dừng Quân Sườn Núi Tròn, Đứng Trước Núi, Đêm 30 Trên Đồi Lâm Lộc, Lên Rừng, Chiều Trên Sườn Đồi, Thơ Trên Vách Núi Phú Sơn, Lên Núi Nghĩ Linh Tinh...* Còn, còn nhiều nữa. Tất cả đều ấm áp hình ảnh, nồng nàn tình cảm.

Ruộng vườn nông thôn cũng thơm tình na ná như vậy. Không tiếng chó sủa, chẳng giọng gà gáy. Nhưng mọi góc cạnh, hình ảnh của thôn quê vốn đã cư ngụ muôn đời trong máu thịt. Bước đến bìa làng, ngồi trên gò mả là thấy ra, nhận ra rõ từng nét một.

Với tôi, mỗi cuộc hành quân, ngoài việc thanh toán xong mục tiêu theo nhiệm vụ chung, còn mở ra cho riêng mình những điểm thưởng ngoạn mới, đầy hấp dẫn. Không có những chuyến ngao du sinh tử này, tôi hoàn toàn không có cơ hội để biết những Ba Gia, Ba Tơ, Trà Bồng, Núi Tròn, Núi Ngang, Núi Dẹp, Phước Sơn, Núi Vàng, Rừng Ná, Eo Gió, Suối Nun, suối Cà Đú, Sông Re, Sông Ring...

Tôi luôn tự nhắc mình hành quân cũng chỉ là một chuyến đi, một cuộc ngao du sơn thủy. Đi không với mục đích tự chọn cho mình "xanh cỏ hay đỏ ngực", và đi cũng chưa hẳn sẽ học được một sàng khôn như tiền nhân khuyến khích, nhưng đi chắc chắn được nhìn, biết thêm những cảnh sắc đẹp có, xấu có của quê hương. Quảng Ngãi là địa bàn của đại gia đình bộ binh mang tên Sư Đoàn 2 bình định, trấn giữ. Quảng Ngãi có nhiều cảnh sắc thành danh: Thiên Ấn niên hà, Long đầu hý thủy, Thiên Bút phê vân, Cổ Lũy cô thôn, Liên Trì dục nguyệt, Hà Nhai vãn độ, Thạch Bích tà dương, An Hải sa bàn, Thạch cơ điếu tẩu, La Hà thạch trận, Vân Phong túc vũ, Vu Sơn lộc trường... Những nơi này ít nhiều tôi cũng đã từng lội qua, dừng lại. Có hoặc không những xúc cảm, tôi đều ký gởi chút ít trong luống chữ. Thơ tôi, trong tập NDCVK, phải nói là đầy nhóc những địa danh. Những tên gọi này ngày nay hình như đa số đã thay đổi. Vách đá núi phía đông nam Sơn Hà, giáp giới huyện Minh Long, nằm trong trí nhớ tôi lâu nhất. Về sau, tôi đã mượn tên Thạch Bích để gọi con gái thứ.

Bị và được đổ máu vài ba lần cho con đất xứ đường phổi, tôi được bồi hoàn một số thơ lụn vụn, chưa đạt trình độ thơ con cóc, nhưng thơ con rệp thì chắc với tới. Và chỉ chừng đó cũng đã là một phần thưởng lớn. Ngoài một số huy chương đổi máu để sờ mó, với tôi, *Viên Đạn Cho Người Yêu Dấu, Ngao Du Cùng Vũ Khí* là những (không phải là hai) tấm huy chương tôi quí nhất. Những tấm huy chương này, do sông núi ủy thác cho tôi hình thành, để truy tặng chính mình và đồng đội. Những quân nhân thuộc mọi binh chủng có thể dự phần, nếu không kỳ thị.

Thơ lính của tôi gần như một loại nhật ký bằng văn vần. Có điệu có vần không hẳn đã là thơ. Chất nghệ thuật may ra được một nửa. Xin cứ tạm gọi là thơ. Đời lính Bộ Binh theo tôi, không có nhiều cực khổ, chỉ có vất vả, nên tôi rất ít khi cố tình than thở. Tôi chăm chú vẽ lại cảnh sắc, hoạt cảnh mình mục kích. Những hình ảnh này hiện diện ngay trong đơn vị, hoặc nằm ngoài quần chúng, được bắt gặp khi hành quân. Cảnh đáng thương vì chiến tranh vô số kể. Phải thú thật, nhiều cảnh xốn lòng nhất, như nhìn các em bé nghèo khổ đứng lặng trước ngôi nhà của mình bị cháy, như các bàn thờ thật giả ảm đạm trong hầu hết những túp lá cư ngụ, cảnh thây phơi bên mâm cơm, xác treo trên rào dây kẽm gai... tôi đã viết thật sự chưa tới...

Với một người giàu tài năng, viết về một chủ đề gì, hình như không cần phải lệ thuộc quá nhiều về vật liệu cụ thể. Biết mình thiếu sức, tôi nhờ tiếp viện tối đa những hình ảnh gợi nghĩ về chiến tranh. Mọi tên gọi quân trang quân dụng, vũ khí đạn dược các loại đều có. Tôi không bỏ sót những tiếng thường dùng, những tiếng lóng trong quân ngữ. Những cụm từ như "ôm đầu máu", "lãnh gáo dừa"... chắc hẳn đã xa lạ, nhưng tôi tin sự hồi sinh tạm thời, chớp nhoáng của chúng, dễ giúp đồng đội tôi mỉm cười sống lại một thời.

Cũng như nhiều đề tài khác, cái tôi của tôi trong thơ lính bao trùm khắp nơi. Nhân dạng, tâm tình có đủ: Ba gai không ra ba gai, hiền lành không ra hiền lành. Cái tôi thời bây giờ là vậy. Điều quan trọng tôi có biết nịnh đầm, ve gái khi hành quân không ? Tất nhiên là có, dồi dào nữa là khác, dành cho cả với phe ta lẫn phe địch...

gặp em nào cũng liếc ngang
không nhìn phía trước thì dòm phía sau
ngó chăm bẩm thật là lâu
hoặc nhìn chớp nhoáng từ đầu tới chân...

Hình dạng, bản chất tôi không thể tiêu biểu cho người lính Bộ Binh. Bởi đồng đội tôi rất hiền hòa nhân hậu, thực tế hơn. Bộ Binh vốn được gọi là Nữ Hoàng Chiến Trường. Đồng đội tôi khi tham chiến thì gan dạ, tận tình, tích cực, nhưng ngay khi mặt trận ngưng tiếng súng, họ cư xử với những người thua trận rất nhân ái. Không có chuyện xẻo tai, lấy mật... như thường bị địch quân xuyên tạc.

Tôi không làm thơ để rửa mặt chúng tôi. Mời các bạn cùng ngao du, không với thứ vũ khí chúng tôi đã cầm, mà bằng sự thưởng ngoạn tích cực, tự nhiên.

Luân Hoán

MỤC LỤC

www.ingramcontent.com/pod-product-compliance
Lightning Source LLC
Chambersburg PA
CBHW022112080426
42734CB00006B/101

*9 7 8 1 9 2 7 7 8 1 2 5 8 *